கதைப்போமா

(பகுதி - II)

அர்விந்த் நாராயணன்

aelay
publish

கதைப்போமா (பகுதி - II)
கதை
ஆசிரியர் : அர்விந்த் நாராயணன் ©
முதல் பதிப்பு : ஜூலை 2022
வெளியீடு : ஏலே பதிப்பகம்
5/175, பாத்திமா நகர், கூத்தென்குழி,
திருநெல்வேலி - 627104
தொடர்புக்கு : +91 9944992571

Kadhaipoma (Part- II)
Story
by Arvind Narayanan ©
First Edition : July 2022
Pages: 163
ISBN : 978-93-5533-458-9
Aelay Publish
Contact : +91 9944992571
Designed by : BookShow.in

உள்ளடக்கம்

1

கண்ணாமூச்சி ரே ரே!!

சென்னையின் அபிராமபுரம் பக்கம் உள்ள ஒரு அடுக்கு மாடி குடியிருப்பு *1991* ஆம் ஆண்டு, அங்கே நிறைய சிறுவர் சிறுமியர் உண்டு விளையாட, அவர்களில் சோனு வட நாட்டு பையன், வேலு தமிழ் பையன் இருவருக்கும் *9* வயசு, தாரா கேரளத்து பெண் ஏழு வயசு, மூவரும் மிக நெருங்கிய நண்பர்கள். இவர்கள் மற்றவர்களோடு சேர மாட்டார்கள் இவர்கள் மட்டும் தனியாக விளையாடுவது வழக்கம்.

அவர்களுக்கு பிடிச்ச விளையாட்டே "கண்ணாமூச்சி" விளையாட்டு தான். வேலுவும், சோனுவும் எங்காவது ஒளிந்து கொண்டு தாராவை தேட வைப்பார்கள் அவள் எங்கு தேடியும் இல்லாத அளவிற்கு எங்காவது சென்று மறைந்து கொள்வார்கள், தேடி தேடி பொறுமை இழந்த பிறகு அவள் அழ ஆரம்பிக்க அவளை வந்து பயமுறுத்துவார்கள், அவளை எப்போதும் ஜெயிக்கவே விட மாட்டார்கள், அவள் அழுகையை நிப்பாட்ட இருவரும் போட்டி போட்டு கொண்டு அவளை சமாதானம் செய்வர், சோனு அவளுக்கு லாலி பாப் மிட்டாய் வாங்கி வருவான், வேலு கடலை மிட்டாய் வாங்கி வருவான். வேலுவை வெறுப்பேத்த லாலி பாப் மிட்டாய் தாளை வைத்து அழகிய பெண் பொம்மை செய்து காட்டி அவளை அசத்துவான், வேலுவிற்கு கோவம் எகிறும்.

தாராவிற்கு தமிழ் சரியாக வராததால் அவள் தமிழ் டியூஷன் சென்று விடுவாள் தினமும் மாலை ஒரு மணி நேரம், வேலு பதுக்கி வைப்பதில் புலி, சோனுவிற்கு தெரியாமல் சில தின்பண்டங்களை வாங்கி வைத்து யாருக்கும் தெரியாமல் எங்காவது ஒளித்து வைத்து விடுவான். தாரா விளையாட வந்ததும் மேஜிக் செய்வதாக கூறி வண்டி, சைக்கிள், பூ செடி, வீட்டின் கேட் என்று எல்லா இடத்திலிருந்தும் ஏதாவது ஒன்று எடுத்து கொடுத்து அவளை அசத்துவான். சோனுவிற்கு இது பொறுக்காது, எங்கே எப்போ வைத்தான் என்பதை தேடி தேடி கண்ணாமூச்சி ஆடி வருவதே இவர்களுக்கு வேலை.

மூவரும் சேர்ந்து கண்ணாமூச்சி ஆடுவது, தாரா டியூஷன் சென்றதும் சோனுவும், வேலுவும் திருடன், போலீஸ் ஆட்டம் ஆடுவது. எப்போதும் சோனு தான் திருடன், வேலு தான் போலீஸ். மீண்டும் அதே கண்ணாமூச்சி ஆட்டம் தான் அவனை கண்டுபிடிக்க முடியாமல் அலைய விடுவது சோனுவின் வேலை. தாரா வந்ததும் அவளும் இவர்களோடு சேர்ந்து கொள்வாள் சில சமயம் திருடியாக, சில சமயம் போலீஸாக.

அவர்களின் இளமை காலம் மிக நன்றாக சந்தோஷமாக போய் கொண்டிருக்க, தாரா சில வருடத்தில் பெரியவளானாள், அவளை இனி பசங்களோடு விளையாட கூடாது என்று அவர்கள் வீட்டில் சொல்லியதால் மிகவும் சோகமாகி வீட்டிலேயே இருந்தாள். பால்கனி வழியாக சோனுவும், வேலுவும் கண்ணாமூச்சி ஆடுவதை வேடிக்கை பார்ப்பதும், இவனுக்கு அவன் எங்கிருக்கிறான் என்று சொல்வதும், அவனுக்கு இவன் எங்கு ஒளிந்திருக்கிறான் என்று சொல்வதும் இவள் வேலையாக இருந்தது.

பத்தாம் வகுப்பு படிக்கும் நேரம், சோனுவும், வேலுவும் பன்னிரெண்டாம் வகுப்பு. இருவருமே மற்றவருக்கு தெரியாமல் முதல் இளவட்ட காதலை தொடங்கினர். இருவருமே தாராவை ஒரு தலையாய் காதலிக்க, யாரை

அவள் காதலிப்பாள் என்று போட்டி வேறு, அதற்காக இருவரும் நிறைய முறை அடித்து கொண்டனர். ஒரு நாள் அவர்கள் இருவருமே காதலை நேரில் சொல்லிவிட அவள் பயந்தே போனாள்.

நான் வெறும் நட்பாக தான் பழகினேன் என்று கூறி விட்டு அவள் செல்ல சோனுவும், வேலுவும் மிக ஆத்திரம் அடைந்தனர். இனி யாருக்கும் அவள் கிடைக்க கூடாது என்று எண்ணி அவள் வீட்டு பால்கனி கதவு பக்கம் அவளை அழைக்க, அவள் வீட்டு கதவு திறந்த வேலையில் இரு கருங்கற்கள் வந்து விழுந்தது. அன்று கதவை திறந்தது அவள் இல்லை அவள் அப்பா. அவர் மண்டை உடைந்து ரத்தம் கொட்டியது.

என்னவென்று விசாரிக்க இருவரும் கையும் களவுமாக மாட்டினர், அது வரை நட்பாக இருந்த அவர்களுக்குள் காதல் பிரிவினையை ஏற்படுத்தியது. இதெல்லாம் நடந்தது 2000 ஆம் ஆண்டின் ஆரம்பத்தில். இனி இந்த ஊரில் இருக்க வேண்டாமென்று தாராவின் குடும்பம் கேரளாவிற்கே சென்றது. அடுத்த ஒரு வருடத்தில் சோனுவின் தந்தையும் இறக்க அவன் சொந்த ஊரான ராஜஸ்தான் சென்று விட்டான். வேலு மட்டும் அதே அடுக்கு மாடியில் வாழ்ந்தான்.

காலங்கள் சென்றது, வருடம் 2010, சென்னையில் சமீப காலமாக நிறைய இடத்தில் கொள்ளை சம்பவம் நடப்பதை தடுக்க வேண்டுமென்று அந்த வழக்கை பார்க்க ஒரு புதிய அதிகாரியை நியமித்தனர்.இன்ஸ்பெக்டர் வேலு (ஆமாம் அதே வேலு தான் நினைத்தபடி போலீஸ் ஆகிவிட்டான்) அப்போ அந்த திருடன் வேற யாரு சோனுவே தான். அவர்கள் கண்ணாமூச்சி விளையாட்டு மீண்டும் நிஜ வாழ்க்கையிலும் தொடர தொடங்கியது.

தொடர் ஆறு கொள்ளை சம்பவங்கள் ஏற்கனவே நடந்திருந்தது அதில் பல லட்சம் பணம், நகைகள்

கொள்ளையடிக்க பட்டிருந்தன. இதை தேடும் பணியில் தீவிரமாக இறங்கினான் வேலு அப்போது வரை அந்த திருடன் சோனுவென்று அவனுக்கும் தெரியாது.

தொடர்ந்து பல முக்கிய பணம் புரளும் இடங்களில் கண்காணிப்பு அதிகமாக போட, அதற்கு பாதுகாப்பாக வேலுவும் செல்ல அவன் அலைபேசிக்கு அழைப்பு விடுத்து இன்று இந்த இடத்தில் கண்டிப்பாக கொள்ளையடிப்பேன் முடிஞ்சா பிடி என்று சொல்லியபடியே கொள்ளை அடித்தான் சோனு. இதை சற்றும் எதிர்பார்க்காத வேலு அவன் தேடுதல் வேட்டையை தீவிர படுத்தினான்.

அடுத்த ஒரு மாதத்தில் இரண்டு இடத்தில் மட்டும் கொள்ளை சம்பவம் நடந்தது, மற்ற சில இடங்களில் பாதுகாப்பு பலப்படுத்தப்பட்டு கொள்ளை சம்பவம் நடக்காமல் தடுக்க பட்டது. அந்த இரண்டு சம்பவம் நினைத்து வருத்தமானான், யாரிவன் நமக்கே கண்ணாமூச்சி ஆட்டம் காட்டுறான் என்று புலம்பினான் வேலு.

மீண்டும் ஒரு நாள் பாதுகாப்பு விஷயமாக ஒரு பொருட்காட்சிக்கு போக அங்கே தூரத்தில் அவன் பார்த்தது தாராவை, இப்போது இன்னும் அழகாக இருந்தாள். ஏற்கனவே இருந்த மனக்கசப்பினால் நேரில் சென்று பேசவில்லை. அவளை பின் தொடர்ந்து அவள் முகவரியை மட்டும் தெரிந்து கொண்டான் வேலு.

தாரா மீண்டும் சென்னைக்கு வந்திருந்தாள் வேலை தேட, அவள் வீட்டு கதவு தட்டப்பட்டது வெளியே சென்று பார்த்தபோது ஒரு பார்சல்.

இங்கே யாரு அனுப்ப போறா என்றபடியே திறந்து பார்க்க உள்ளே டைரி மில்க் சாக்லேட் பெரிய பாக்கெட் மற்றும் பிம் பாம் லாலி பாப் ஒரு முழு பாக்கெட். யார் அனுப்பியது என்று பார்த்தால் கணேஷ், பிள்ளையார் கோயில் தெரு, சென்னை என்று மட்டும் இருந்தது. சென்னையில் எந்த பிள்ளையார் கோயில் என்று தேடுவது?? உள்ளே ஒரே ஒரு

குறிப்பு மட்டும் எழுதி இருந்தது "கண்ணாமூச்சி ரே ரே கண்டுபிடி யாரு"

தினம் தினம் இப்படி பல பார்சல் வர தொடங்கியது வித விதமான பரிசு பொருளுடன்.தாராக்கு எரிச்சலாக இருந்தது யார் இந்த கண்ணாமூச்சி ஆட்டம் ஆடுகிறார்கள் என்று?

ஒரு நாள் ஒரு கம்பெனியில் இன்டெர்வியூ முடித்து வெளியே வர வேலு போலீஸ் உடையில் அங்கே காத்திருந்தான் அவளுக்காக.

"தாரா என்னை தெரியுதா?"

"ஹே வேலு, வாட் எ சர்ப்ரைஸ்!!! எப்படி இருக்க? நிஜமாவே சின்ன வயசில் சொன்ன மாதிரி போலீஸ் ஆகிட்டியா சூப்பர்"

"ஆமாம், நீ எப்படி இருக்க, எப்போ சென்னை வந்தே?"

" நான் ஒரு வேலை விஷயமாக வந்தேன், உன்னை பார்த்ததில் ரொம்ப சந்தோஷம்"

"எனக்கும் சந்தோஷம், பயந்துகிட்டே இருந்தேன் நீ பேசுவியோ மாட்டியோன்னு, உங்க அப்பா எப்படி இருக்கார்"

"நல்லா இருக்கார், பழைய கதையெல்லாம் விடு"

"உன் போன் நம்பர் கொடு நான் பிரீ ஆகும்போது பேசறேன்"

இருவரும் நம்பர் பரிமாறிக்கொண்டனர்.

மாலை நேரம் சென்னை சிட்டி சென்டர் உள்ளே இருக்கும் திரை அரங்கில் படம் பார்த்து விட்டு வெளியே வந்த நேரம் ஒரு அழகிய பூங்கொத்துடன் டிப் டாப்பாக உடை அணிந்து

வந்து அவளிடம் நீட்டினான் சோனு.

"ஹாய் தாரா, எப்படி இருக்க? என்னை ஞாபகம் இருக்கும் நினைக்கிறேன்"

"சோனு நீயாடா, என்ன ஆளே மாறிட்டே.எப்படி இருக்க"

"நல்லா இருக்கேன், இப்போ நான் பெரிய பிசினஸ் மேன், உன்னை ஏற்கனவே ஒரு பொருட்காட்சியில் பார்த்தேன், அன்னிக்கு பேச முடியல, இன்னிக்கு தான் பேச முடிஞ்சுது, உன்னை சந்திச்சதில் ரொம்பவே சந்தோஷம்"

"எனக்கும் தான், வேலுவையும் பார்த்தேன், அவனும் இங்கே தான் இருக்கான் போலீஸ் ஆயிட்டான், நீ அவனை பாத்தியா"

"அப்படியா எனக்கு தெரியாதே அவன் இங்கே இருக்கான்னு, இன்னொரு நாள் கண்டிப்பா நேரில் பாக்கலாமே"

"நாளைக்கே பாக்கலாம் ஓகே வா"

"நாளைக்கு ஒரு வேலை இருக்கு வேற என்னிக்காவது பாக்கலாமா"

"இவ்ளோ வருஷம் அப்புறம் ஒண்ணா பார்த்து பேசலாமே நல்லா இருக்கும்ல"

"சரி வரேன், எங்க??"

"நான் அவன்கிட்ட கேட்டுட்டு சொல்றேன்"

இருவரிடமும் பேசி ஒரு இடத்திற்கு இருவரையும் வர வைத்தாள், அது ஒரு ஹோட்டல் பூங்கா.

வேலுவும், சோனுவும் ஒருவரை ஒருவர் சந்தித்து

கொண்டனர் தாரா முன்னிலையில்.

"எவ்ளோ வருஷம் ஆச்சுல்ல, திரும்ப சந்திப்பேன்னு நினைக்கவே இல்லை" என்றாள் தாரா.

"ஆமாம் ரொம்ப சந்தோஷம், இந்தா உனக்காக ஒரு சின்ன பரிசு" சில லாலி பாப் நீட்டினான் சோனு.

ஒரு லிப்ஸ்டிக் நீட்டினான் வேலு.

இரண்டையும் வாங்கிக்கொண்டு நானும் ஒரு பரிசு கொண்டு வந்திருக்கேன் என்று பையிலிருந்து எடுத்தாள்.

ஒரு மொபைல் போன், ஒரு உயர் ரக பெண்கள் அணியும் வாட்ச்.

"இது நீங்க தான் அனுப்பினீங்கன்னு தெரியும், யாரு எதை அனுப்புனீங்க சொல்லுங்க"

இருவரும் திரு திருவென முழித்தனர்.

சோனு மெல்ல மொபைல் நான் தான் அனுப்பினேன் என்றான்.

அப்போ வாட்ச் வேலு அனுப்பினது சரியா என்று அவள் கேட்க அவன் தலை அசைத்தான்.

இருவரும் ஒருவரை ஒருவர் பார்த்து முறைத்து கொண்டனர்.

"சின்ன வயசிலிருந்து மாறவே இல்லை, ஆனால் நான் உங்களை மாதிரி இல்லை மாறிட்டேன். சமீபத்தில் நடந்த திருட்டு வழக்கில் இந்த மொபைல் மற்றும் வாட்ச் இருந்தது, அப்படினா இந்த திருட்டில் உங்களுக்கு பங்கு இருக்கு அப்படி தானே"

அதெப்படி இவளுக்கு தெரியும்?? ஏதோ தவறாக நடக்க போகுது என்று நினைத்து இருவரும் வெளியே ஓட முற்பட்டனர், அவர்களை சுற்றி வளைத்தது போலீஸ்.

என்ன நடக்குது என்றே அவர்களுக்கே புரியவில்லை.

"புரியலை இல்லையா, நான் தாரா, சிபிஐ"

"இந்த திருட்டு வழக்கில் போலீஸ் மேலயே சந்தேகம் இருக்குன்னு என்னை ரகசியமாக கண்காணிக்க சொன்னாங்க".

அதை கேட்ட இருவரும் அதிர்ந்து போயினர்.

"முதல் இரண்டு திருட்டு மட்டும் தான் சோனு தனியாக பண்ணது, அதுக்கு அப்புறம் நடந்த எல்லா திருட்டுக்கும் திட்டம் போட்டு கொடுத்ததே நீ தான் வேலு, வெளி உலகுக்கு வேணா நீ போலீஸாக ஏமாத்தலாம்''.

''நீங்க இரண்டு பேரும் எவ்வளவு கேடின்னு எனக்கு நல்லாவே தெரியும், அன்னிக்கு அந்த பொருட்காட்சியில் நான் உங்க இரண்டு பேரையும் பார்த்தேன், அடுத்த நாளே என் வீட்டுக்கு பார்சல் வரும்போதே தெரியும் நீங்க தான் அனுப்பியிருக்கீங்கன்னு. இப்போவும் அவனுக்கு தெரியாமல் நீயும், உனக்கு தெரியாமல் அவனும் அனுப்பியிருக்கீங்க இதான் உங்க பலவீனம், அது தான் என் பலம். பழைய காதல் திரும்ப புதுப்பிக்கலாம்னு நீங்க தப்பு தப்பாக யோசிக்க ஆரம்பிச்சதில் தான் மாட்டினீங்க''.

''எனக்கு இந்த பார்சல் வந்ததுமே இது நீங்க தான் பண்ணியிருப்பீங்கன்னு தோணிச்சு உங்களை ரகசியமாக கண்காணிச்சோம். எந்த கூட்டாளியும் இல்லாமல் சந்தேகமே வராமல் ஒரு போலீஸ், ஒரு திருடன் சேர்ந்து பல திருட்டு வேலை பாத்திருக்கீங்க''.

''நீங்க திருடின மொபைல், லேப்டாப் இதெல்லாம் வேற

ஊரில் வித்து காசு பாத்திருக்கீங்க, எங்கே எந்த ஊரில் யாருக்கு வித்தீங்க எல்லாத்தையுமே பிடிச்சாச்சு, ஆடு தானாக சிக்கணும்னு தான் காத்திட்டு இருந்தேன். திருடின பொருளை மக்களோடு மக்களா கலந்துட்டா கண்டு பிடிக்க முடியாதுன்னு நினைப்பு, எனக்கே வேற அனுப்பறீங்க" என்றாள் தாரா.

இவ்வளவு விவரமாக இருந்திட்டு இவள் கிட்ட மாட்டிகிட்டோமேன்னு நொந்து கொண்டனர். இந்த முறை தாரா கண்ணாமூச்சியில் ஜெயித்து விட்டாள்.

2

சற்குணம் வாத்தியார்

தமிழ்நாட்டில் கல்வி தந்த மாமேதை திரு. காமராஜ் அவர்களின் பிறந்த ஊரான விருதுநகரில் சற்குணம் வசித்து வந்தார், அவர் அங்கிருக்கும் ஒரு தனியார் பள்ளியில் சமூக அறிவியல் பாட ஆசிரியராக பணி புரிந்து கொண்டிருந்தார். அவர் மனைவி கமலாவும் விருது நகர் அரசு பள்ளியில் ஆங்கில ஆசிரியராக வேலையில் உள்ளார். நடுத்தர வர்க்க குடும்பம், மூன்று பிள்ளைகள் ஒரு ஆண் சூர்யா மற்றும் இரண்டு பெண், சுப்ரஜா மற்றும் சுப்ரியா. சூர்யா பன்னிரெண்டாம் வகுப்பு மாணவன், சுப்ரஜா எட்டாம் வகுப்பு, சுப்ரியா ஆறாம் வகுப்பு படித்து வருகிறாள். எதற்கும் பெரிதாக ஆசை படாமல் தாம் உண்டு தங்கள் வாழ்க்கை உண்டு என்று ஓடி கொண்டிருந்த அவர்கள் வாழ்க்கையில் ஒரு எதிர்பாராத சம்பவம் நிகழ்ந்தது.

ஒரு நாள் பள்ளி முடித்து வீட்டிற்கு வரும் வேளையில் மனைவியையும் மூத்த மகள் சுப்ரஜாவையும் கூட்டிக்கொண்டு வண்டியில் திரும்புகையில் வேகமாக வந்த ஒரு கார் அவர்கள் மீது மோத அவர்கள் மூவரும் தூக்கி வீசப்பட்டனர். சற்குணம், கமலாவிற்கு சில சிராய்ப்புகள்

மட்டுமே. சுப்ரஜாவிற்கு இடது கால் எலும்புகள் நொறுங்கி போயிருந்தன.

மகளின் நிலை கண்டு துடித்து போனவர்கள் அவர்கள் வலியையும் பொருட்படுத்தாமல் மருத்துவமனையில் சேர்த்தனர். சில மணி நேர சிகிச்சைக்கு பிறகு மருத்துவர் இடது கால் நீக்க தான் வேண்டும் வேறு வழியில்லை என்று கூற, மிகவும் கவலை ஆகினர். அவளுக்கான மருத்துவ சிகிச்சை பார்க்க நிறைய பணம் தேவை பட்டது, அவர்களுக்கென்று இருந்த நிலத்தை விற்று வைத்தியம் பார்த்தனர்.மிச்ச பணத்தை சேமிப்பில் வைக்க முடிவு செய்தனர். ஒரு சில மாதத்திற்கு மேல் மகளுக்கு செயற்கை கால் பொருத்தும் வேலையும் செய்ய முடிவு செய்தனர்.

காலம் ஓட ஆரம்பித்தது சேமிப்பு கரைய ஆரம்பித்தது, இனி இப்படியே சென்றால் சரி வராது ஏதாவது ஒரு தீர்மானம் செய்ய வேண்டும் என்று யோசித்தனர்.

சற்குணம்: கமலா எல்லா சேமிப்பு காசும் மருத்துவ செலவிற்கே போகுது, அடுத்து சூர்யாவும் காலேஜ் சேர காசு வேணும்.

கமலா: எனக்கும் அதே தான் கவலை, நாம யாருக்கும் கெடுதல் பண்ணது இல்லை நமக்கு ஏன் இப்படி ஒரு சோதனை தெரியலை.

சற்குணம்: ஏன்னு நினைச்சு பிரயோஜனம் இல்லை, அடுத்து என்ன பண்ணலாம்னு முடிவு பண்ணனும்.

கமலா: என்ன பண்ணலாம், நீங்களே சொல்லுங்க.

சற்குணம்: ஒரு யோசனை இருக்கு நீ சரி சொன்னால் அதை செயல் படுத்தலாம்னு இருக்கேன்.

கமலா: என்ன சொல்லுங்க.

சற்குணம்: வெளி நாட்டில் சமூக அறிவியல் பாடம் எடுக்க ஆசிரியர் தேவை இருக்கு, மாசம் ஒன்று முதல் மூன்று லட்சம் கிடைக்கும், நான் வெளிநாட்டு வேலைக்கு முயற்சி செய்யவா.பசங்க பெரிய பசங்க தான் பார்த்துகிறது சிரமம் இல்லை, சுப்ரஜாவை மட்டும் தான் நல்லா கவனிக்கணும். அவசர உதவிக்கு பக்கத்தில் சொந்தக்காரங்க, நண்பர்கள் இருக்காங்க அதனால பயம் இல்லை, நீ என்ன சொல்ற. நம்ம குடும்ப செலவிற்கு இந்த பணம் பெரிய உதவியாக இருக்கும்.

கமலா: யோசனை நல்லா தான் இருக்கு, எந்த நாட்டுக்கு போக போறீங்க? யார் மூலம் இந்த விபரம் எல்லாம் விசாரிசீங்க?

சற்குணம்: இதெல்லாம் இன்டர்நெட் உள்ள போனாலே நிறைய வேலை கொட்டி கிடக்கு, அதிலிருந்து தான் பார்த்து சொல்றேன்.

கமலா: இதெல்லாம் நம்ப முடியுமா, யாராவது ஏஜென்ட் இருக்காங்களா பார்த்து அவங்க மூலம் முயற்சி செய்யலாமே.

சற்குணம்: ஏஜென்ட் யாரையும் நம்ப முடியாது, காசு வாங்கி ஏப்பம் விட்டுருவாங்க.சேரன் படம் "வெற்றி கொடி கட்டு" படத்தில் இதை தெளிவாகவே சொல்லிருப்பாங்களே.

கமலா: அது தப்பான ஏஜென்ட் கிட்ட போனால் என்ன ஆகும்னு தான் சொல்லிருப்பாங்க. நீங்க சரியான ஏஜென்ட் யாருன்னு பாருங்க. அதே படத்தில் தான் சொந்தமாக சொந்த ஊரில் உழைச்சு சம்பாரிக்க முடியும்னு சொல்ராங்களே.

சற்குணம்: அது சரி தான் ஆனால் என்ன வேலை செய்ய முடியும் அதுக்கு ஏது காசு? பேங்கில் எவ்வளவு லோன் கிடைக்கும் அதை அடைக்கவே ஆயுசு போயிடுமே."ஆன்லைன் வேலை" இப்போதைக்கு

சிறப்பாகவே இருக்கு. நான் ஏற்பாடு செய்திட்டு சொல்றேன்.

கமலா: *எந்த நாடு சொல்லவேயில்லயே?*

சற்குணம்: *ஆப்பிரிக்கா நாட்டில் தான் வேலை. கென்யான்னு ஒரு நாடு அங்கே நைரோபின்னு ஒரு ஊரு அது தான் அந்த நாட்டின் தலை நகரம்.*

கமலா: *ஆப்பிரிக்கா வா? எதுக்கு அங்கிட்டு போகணும்? வேற ஊரே இல்லையா?*

சற்குணம்: *அங்கே தான் சமூக அறிவியல் வாத்தியார் வேலைக்கு ரொம்ப கிராக்கி. மாசம் இரண்டு லட்சம் சம்பளமே*

கமலா: *நல்லா விசாரிச்சிட்டு அப்புறமாக முடிவு செய்ங்க.*

சற்குணம்: *சரி*

சில நாட்களில் ஆன்லைன் வேலை பதிவு செய்ய, நைரோபி நகரத்திலிருந்து சில பள்ளிகளிலிருந்து விண்ணப்பங்கள் வந்தது. அவர்களை தொடர்பு கொண்டு அலைபேசி மூலம் முதல் கட்ட அலைபேசி நேர்காணலை முடித்தார், அதில் தேர்வாகி அடுத்த கட்ட நேர்முக நேர்காணல் மும்பை நகரத்திற்கு வரச்சொல்லி அழைப்பு வர அங்கே செல்ல திட்டமிட்டார்.

சற்குணம்: *கடவுள் புண்ணியத்தில் இந்த கென்யா வேலை கிடைச்சுடும் போல இருக்கு. முதல் கட்டம் முடிச்சாச்சு, இரண்டாம் கட்டம் நேர்காணலில் தேர்வாகினால் வேலை நிச்சயம். விசா எடுக்க மட்டும் 5 லட்சம் செலவாகும் அது கிடைத்தால் போதும். மூன்று வருஷம் வேலை செய்தால் கூட போதும் வருஷத்திற்கு 24 லட்சம் வரும், மூன்று வருஷத்திற்கு 72 லட்சம். அங்கே செலவு போக மிச்சம்*

அனுப்பினால் கூட 50 முதல் 60 லட்சம் சம்பாதிச்சிரலாம். யாரையும் கடன் கேட்க வேண்டிய அவசியம் இல்லை சரியா?!

கமலா: சொல்றது நல்லா தான் இருக்கு, எனக்கு தான் பயமாகவே இருக்கு. எப்படி பாஷை தெரியாத ஊரில் பொழப்பு நடத்துறது, இங்க எப்படி இந்த மூணு பசங்களை சமாளிக்கிறது. என் தலையில் பெரிய பொறுப்பை கொடுக்க பாக்கரீங்களே.

சற்குணம்: நானும் பெரிய பொறுப்பு நம்ம குடும்பத்துக்காக தானே எடுக்கிறேன். சமாளிப்போம் மூன்று வருஷம் தானே சீக்கிரம் ஓடிடும்.

நேர்முக காணல் செல்ல மும்பைக்கு ரயில் டிக்கெட் அவர்களே அனுப்பினார்கள், மும்பை சென்று நேர்முக காணலில் சிறப்பாக தேர்ச்சி பெற்றார். அனைத்தும் நல்லபடியாக முடிந்தது இனி விசா எடுக்க பணம் அனுப்பினால் மட்டும் போதும், இரண்டு மாதத்தில் விசாவும் கிடைத்துவிடும், தங்கும் இடம் அனைத்தும் கம்பெனி பார்த்து கொள்ளும் அதற்கான முகவரியும், அனுப்பிவைக்கப்படும் என்று உறுதியாக கூறினர்.

நிலத்தை விற்ற காசிலிருந்து 5 லட்சம் விசா எடுக்க அனுப்பினார் சற்குணம் .இரண்டு மாதத்தில் விசாவும் வந்தது, ஊருக்கு கிளம்ப தயாரானார் சற்குணம். அவருக்கு தேவையான அனைத்து சாமான்களும் எடுத்து வைத்தார்கள் மனைவியும், பிள்ளைகளும்.

சென்னையிலிருந்து மும்பை சென்று அங்கிருந்து நைரோபி செல்ல விமான டிக்கெட் அனுப்பி வைக்கப்பட்டது.குடும்பத்தோடு சென்னை வரை அனைவரும் வந்தனர்.கண்ணீர் மல்க அவரை வழி அனுப்பி வைத்துவிட்டு ரயில் நிலையம் திரும்பினர். கமலா இது தான் முதல் முறை கணவனை பிரிந்து இருப்பது, அவள் என்னவோ விரக்தியாகவே இருந்தாள்.

ஊருக்கு போவதற்கு முன், எந்த பள்ளியில் வேலை பார்க்க போகிறேன்,தங்கும் இடம் விபரம் மற்றும் தொலைபேசி எண் அனைத்தும் கொடுத்துவிட்டு சென்றார் சற்குணம். இந்திய நேரப்படி இன்னும் 13 மணி நேரத்தில் கென்யா நாட்டை சேர்ந்து விடுவாரென்று குறிப்பிட்டிருந்தார். சென்னையிலிருந்து இரண்டரை மணி நேரம், இரண்டு மணி நேரம் ஒய்வு பிறகு மும்பையிலிருந்து ஏழு மணி நேரம். இவர்கள் விருது நகர் வந்து சேர்ந்த நேரமும் சரியாக இருந்தது. அதிகாலை முதல் சற்குணத்திடமிருந்து அழைப்பு வருமென்று காத்திருந்தாள் கமலா. நேரம் ஆகி கொண்டே இருந்தது அழைப்பு வரவில்லை.

கமலா: டேய் சூர்யா, என்னடா அப்பா இன்னும் கூப்பிடவேயில்லை. யாரை விசாரிக்கணும்னு கூட சொல்லலையே இந்த மனுஷன், ஊருக்கு போய் சேர்ந்தாரா இல்லையானு தெரியலையே.

சூர்யா: அம்மா கவலை படாமல் இரு, அப்பா கண்டிப்பா கூப்பிடுவாரு. விமானத்திலிருந்து இறங்கியதும் வெளியே வரவே 2 மணி நேரம் ஆகும். குடிவரவு சோதனைனு ஒன்னு இருக்கு அதெல்லாம் சரி பார்த்திட்டு தான் வெளியே அனுப்புவாங்க. வெளிய அவங்க கம்பெனி கார் அனுப்புவதாக சொல்லிருந்தாரே அதில் தங்கும் இடத்திற்கு போன பிறகு தான் பேச முடியுமோ என்னவோ. பொறுமையாக இரு இன்னிக்கு ராத்திரிக்குள்ள அழைப்பு வரும்.

மகன் சொன்னதை கேட்டு சற்று ஆறுதல் அடைந்தாள் கமலா. நேரம் ஓடி கொண்டே இருந்தது இரவு ஆனது, களைப்பில் அனைவரும் தூங்கி விட, அடுத்த நாள் விடிந்தும் அழைப்பு வரவே இல்லை. கமலா மிகவும் பதட்டமானாள். யாரை கேட்பது என்று புரியவில்லை. அவள் நண்பர்கள் மற்றும் கணவரின் நண்பர்கள் அனைவருக்கும் அழைத்து பேசி பார்த்து விட்டாள். அனைவரும் விசாரித்து

சொல்கிறேன் என்று சொன்னார்கள். சில மணி நேரம் கழித்து சற்குணத்தின் நெருங்கிய நண்பர் மாறன் அழைத்தார்.

மாறன்: கமலா மேடம், சற்குணம் என்கிட்டேயும் விமான டிக்கெட், அந்த ஊரு பள்ளிக்கூடம் விபரம் கொடுத்திருந்தான் அதை வைத்து விமான நிலையம் தொடர்பு கொண்டு பேசிட்டேன். சற்குணம் அந்த விமானத்தில் பயணிச்சிருக்கார்னு தெளிவாக சொல்லிட்டாங்க. கண்டிப்பாக சொன்ன நேரத்தில் அவன் அங்கே சேர்ந்திருக்கான் அதுக்கு பிறகு ஏன் ஏதும் அழைப்பு வரலைன்னு புரியலை. அவன் கொடுத்த அந்த பள்ளிக்கூட நம்பர், விடுதி நம்பர் எதுவுமே லைன் கிடைக்கலை. நான் மேற்கொண்டு விசாரிச்சிட்டு சொல்றேன்.

கமலா: மாறன் அண்ணா தயவு செஞ்சு உதவி பண்ணுங்க, ஊருக்கு போயிட்டு எதுக்கு கூப்பிடாமல் இருக்காரு தெரியலையே. இங்கே நாங்க எதிர்பார்ப்போம்னு அவருக்கு தெரியும் ஏன் இப்படி செய்கிறார்னு புரியலை.

மாறன்: அட கவலைப்பாதீங்க மேடம், புது ஊரு, புது மொழி அவனுக்கு அங்கே என்ன சவால் இருக்கோ தெரியாதே. நான் திரும்ப அந்த நம்பர் முயற்சி செய்துவிட்டு சொல்றேன்.

நேரம் சென்று கொண்டே இருந்தது எந்த தகவலும் இல்லை, இப்போது மகன், மகள்கள் அனைவரும் கவலை ஆகினர். அடுத்த நாளும் விடிந்து விட்டது. அனைவரும் பள்ளிக்கு செல்ல மனமில்லாமல் வீட்டில் இருந்தனர்.

கமலா: டேய் எல்லோரும் பள்ளி கூடம் கிளம்புங்க, அப்பா எப்படியும் இன்னிக்கு பேசுவாரு. நீங்க போங்க நான் லீவு எடுத்துக்கிறேன். சாயுங்காலம் நானே சொல்றேன் என்ன பேசினோம்னு.

மூவரும் பள்ளிக்கூடம் செல்ல, கமலா மட்டும் கடவுளிடம் வேண்டியபடி நின்றாள். மாலை அனைவரும்

பள்ளியிலிருந்து வந்து விட்டனர். அப்பாவிடமிருந்து அழைப்பு இல்லை என்பது ஏமாற்றமாகவே இருந்தது அவர்களுக்கு.

கமலா மகனை கூட்டிக்கொண்டு நண்பர் மாறன் வீட்டிற்கு சென்றாள்.

கமலா: மாறன் அண்ணே, ஏதாவது தகவல் தெரிஞ்சுதா. மூணு நாள் ஆக போகுது இன்னும் தகவல் ஏதும் இல்லை. ரொம்ப பயமாக இருக்கு ஏதாவது உடம்பு சரியில்லாமல் போயிருக்குமோ தெரியலை.

மாறன்: நான் அவன் கொடுத்த நம்பர் எல்லாத்தையும் பேச முயற்சி பண்ணேன். எதுவுமே போகலை. சரி நாம தாமதிக்காமல் போலீஸ் ஸ்டேஷன் போயி கம்பளைண்ட் கொடுப்போம்.

கமலா: *(அழுதபடி)* அங்கே எதுக்கு அண்ணே.

மாறன்: நம்மால கண்டு பிடிக்க முடியலையே, அவங்க ஏதாவது உதவி செய்வாங்க இல்லையா. தம்பி சூர்யா நீ வா என் கூட, நீங்க இங்கேயே இருங்க மேடம் நான் போயிட்டு வந்துடறேன்.

மாறனும், சூரியாவும் விருது நகர் காவல் நிலையம் சென்றனர்.

மாறன்: அய்யா ஒரு கம்பளைண்ட் கொடுக்கணும்.

ஏட்டு: இதுல எழுதி கொடுங்க.

மாறன் தகவலை எழுதி கொடுக்க கூடவே சற்குணத்தின் டிக்கெட் நகல் அனைத்தும் சேர்த்து கொடுத்தான்.

ஏட்டு: நீங்க இன்ஸ்பெக்டர் கோபாலை பாருங்க அவரு உதவி செய்வாரு.

கம்பளைண்ட் லெட்டர் இன்ஸ்பெக்டர் கோபாலிடம் நீட்ட.....அவர் படித்துவிட்டு...

கோபால்: ஏன் சார், ஊருக்குள்ள தொலைஞ்சவனே கண்டு பிடிக்க முடியலை, இதுல நீங்க வெளிநாட்டுக்கு போன வாத்தியை கண்டு பிடிக்க சொல்றீங்க.

மாறன்: சார் கொஞ்சம் பெரிய மனசு பண்ணுங்க. அவரு நம்ம ஊரு வாத்தியார் தான், வேலை கிடைச்சு அங்கே போனாரு, தகவல் ஏதும் இல்லை அதான்.

கோபால்: இது நாங்க பார்க்க மாட்டோம் , இதை "சைபர் க்ரைம்" ஆளுங்க தான் பார்ப்பாங்க. நாங்க அவங்களுக்கு தகவல் சொல்றோம். ஏதாவது தகவல் தெரிஞ்சா சொல்றோம்

உடனடியாக தகவல் சென்னை "சைபர் க்ரைம்" அவர்களுக்கு அனுப்பப்பட்டது, தொடர்புக்கு மாறனின் தொலைபேசி நம்பரும், கமலாவின் தொலைபேசி நம்பரும் கொடுக்க பட்டது.

மாறன் வீட்டிற்கு திரும்பினார்....

மாறன்: கவலைப்படாதீங்க சீக்கிரமே தகவல் கிடைக்கும், "சைபர் க்ரைம்" பிரிவில் கம்பளைண்ட் பண்ணிருக்காங்க. சென்னையிலிருந்து அழைப்பு வரும். உங்களுக்கு வந்தால் சொல்லுங்க, எனக்கு வந்தால் நான் சொல்றேன்.

கமலா: ஐயோ கடவுளே, இது என்ன கொடுமைனு தெரியலையே, ஆப்பிரிக்கா நாடெல்லாம் வேண்டாம்னு சொன்னேன் இந்த மனுஷன் கேட்கவே இல்லை. இப்படி என்னை தனியாக அல்லாட விட்டுட்டாரு.

மாறன்: தம்பி சூர்யா அம்மாவை பத்திரமாக வீட்டுக்கு கூட்டிட்டு போ. ஏதாவது தகவல் வந்தால் உடனே என்னை கூப்பிடு சரியா.

அடுத்த மூன்று நாள் எந்த தகவலும் வரவில்லை சற்குணத்திடமிருந்து, சென்னை போலீஸிடமிருந்தும். நான்காம் நாள் மாறனுக்கு அழைப்பு வருகிறது.

போலீஸ்: ஹலோ மாறன் நீங்க தானா?

மாறன்: ஆமாம் நீங்க யாரு?

போலீஸ்: நாங்க சைபர் க்ரைம் பிரிவிலிருந்து பேசறேன். என் பேரு குணா. நீங்க தானே கம்பளைண்ட் கொடுத்தது.

மாறன்: ஆமாம் சார் சொல்லுங்க.

குணா: எங்களுக்கு ஒரு சில தகவல் தேவை படுது. கொடுக்க முடியுமா.

மாறன்: சொல்லுங்க.

குணா: இவரோட போட்டோ, பாஸ்போர்ட் நகல், டிக்கெட் நகல், வேலை கிடைச்சதுக்கான லெட்டர் நகல் எல்லாமே எங்களுக்கு தேவை படுது அதை வைத்து தான் இன்னும் தகவலை கொடுக்க முடியும். நீங்க ஸ்கேன் செய்து நான் சொல்ற மெயிலுக்கு அனுப்புங்க. நான் சொன்னது எல்லாம் குறிச்சி வெச்சுக்கோங்க.

மாறன்: சரி சார் நான் இன்னும் ஒரு மணி நேரத்தில் எல்லாத்தையும் அனுப்பறேன், என் கிட்ட நீங்க சொன்ன எல்லாமே இருக்கு.

மாறன் அவர்கள் கூறிய அனைத்தையும் ஈமெயில் அனுப்ப, சைபர் க்ரைம் வேலையில் மும்முரமாகியது. அடுத்த மூன்று

மணி நேரத்தில் மீண்டும் அழைப்பு.

குணா: சார் நான் குணா பேசறேன், தகவலை சேகரிச்சிட்டேன்.

மாறன்: சொல்லுங்க அவர் இப்போ எங்க இருக்கார் தெரிஞ்சுதா?

குணா: அவர் எங்கே இருக்கார்னு தெரியலை ஆனால் அவருக்கு வேலை கொடுத்த பள்ளிக்கூடம் பொய்யானது. அப்படி ஒரு பள்ளி கூடம் அங்கே இல்லவே இல்லை. வேற ஒரு காலேஜ் போட்டோ போட்டு ஒரு வெப்சைட் தொடங்கி எல்லாமே போலியான ஆவணங்கள் மூலம் தயார் ஆகி இருக்கு.இந்த பெப்சைட்டை தற்காலிகமாக நிறுத்தி வெச்சிருக்காங்க. இந்த நாட்டு விசா எடுக்க வெறும் 2 லட்சம் தான் ஆகும். 5 லட்சம் வாங்கி விசா கொடுத்திருக்காங்க. இது போலி ஆவனம்னு தெரிஞ்சாலே விமான நிலையம் விட்டு வெளியே அனுப்பி இருக்கமாட்டாங்க . கண்டிப்பாக ஏதோ தப்பான ஒருத்தனிடம் மாட்டி இருக்கணும். இதுக்கு உதவி செய்யணும்னா நீங்க விருது நகர் கலெக்டருக்கு மனு கொடுக்கணும் , அவர் மூலம் கென்யாவில் உள்ள இந்திய தூதரகத்திற்கு தகவல் சொல்லணும், அங்கே அவங்க நேரில் பார்த்து என்ன ஆச்சு எங்கே இருக்காருன்னு சொல்லுவாங்க. அது வரை பொறுமையாக தான் இருந்தாகணும். இந்த தகவலை உடனடியாக நான் கமிஷனருக்கு அனுப்பறேன், அவரும் உங்களிடம் பேசலாம். நீங்க அவருக்கு என்ன உறவு முறை, அவர் மனைவி பசங்க யாராவது இருக்காங்களா? அவங்களையும் கலெக்டரை பார்க்க ஏற்பாடு செய்யுங்க அப்போ தான் இதை உடனே கண்டுபிடிக்க முடியும்.

மாறன்: (தலை சுற்றியது) சரி தம்பி நான் உடனே இதை செய்கிறேன். இந்த தகவல் எல்லாம் கமிஷனருக்கு எப்போ கிடைக்கும் சொல்ல முடியுமா?

குணா: இந்த தகவலை நாங்க இப்போ அனுப்பிடுவோம்,

அவர் நாளைக்கு இதை பார்க்க கூடும்.

மாறன் நேராக கமலாவை சந்திக்க சென்றான் விஷயம் அனைத்தையும் கூற கமலா மயங்கி கீழே விழுந்து விட்டாள். அவள் மகளின் உதவியோடு கமலாவை சரியாக்கி புரிய வைக்க போதுமென்றாகி விட்டது மாறனுக்கு.

மாறன்: இங்க பாருங்க மேடம், அவர் வேலை சம்பந்தமான எல்லாத்தையும் எடுத்துக்கோங்க, இதை நம்ப கலெக்டரிடம் கொடுப்போம். சென்னை கமிஷனருக்கு தகவல் இன்னிக்கு போயிடும். அவரும் ஏதாவது தேவைன்னா நமக்கு சொல்லுவாரு. எப்படியும் கண்டுபிடிச்சிடலாம் நம்ம அரசாங்கம் நமக்கு உதவி செய்ய தான் இருக்கு.

கமலா: என்ன அண்ணே சொல்றீங்க. கலெக்டரை பார்க்கவே மூணு நாள் ஆகும். எப்போ மனு கொடுத்து அவங்க எப்போ பார்த்து? எப்போ கண்டு பிடிக்கிறது?

மாறன்: நீங்களே அரசு அதிகாரியாக இருந்திட்டு இப்படி சொல்றீங்களே.

கமலா: நான் அரசு அதிகாரியாக இருப்பதினால் தான் சொல்றேன் இது கண்டிப்பாக தாமதம் ஆகும்னு. சரி நான் என் பள்ளி முதல்வரிடம் ஒரு கடிதம் வாங்கி கலெக்டரை சீக்கிரம் சந்திக்க ஏற்பாடு செய்கிறேன்.

மாறன்: அதை முதலில் செய்யுங்க.

அடுத்த நாள் தன பள்ளி முதல்வரிடம் நடந்தது கூறி கலெக்டரை சந்திக்க ஒரு கடிதம் வாங்கினாள் கமலா. அதை எடுத்துக்கொண்டு அடுத்த நாளே மாறனுடன் கலெக்டர் அலுவலகத்தில் அவரை பார்க்க காத்திருந்தனர். சில மணி நேர காத்திருப்புக்குப்பின் கலெக்டர் அழைத்தார்.

மாறனும், கமலாவும் நடந்ததை விலாவரியாக கூறி

அதற்கான ஆவணங்களையும், மனுவையும் கொடுத்தனர்.

கலெக்டர்: என்னமா படிச்சவங்களா இருக்கீங்க. இப்படி ஆன்லைன் மோசடி வேலையில் சிக்கலாமா?

கமலா: ஏதோ போறாத காலம் தெரியாமல் போயி மாட்டிகிட்டோம்.

கலெக்டர்: நான் சென்னை கமிஷனரிடம் உடனே பேசறேன், இந்திய தூதரகத்திற்கு உடனே தகவல் அனுப்பறோம். இரண்டு நாளில் தகவல் சொல்றோம்.

இரண்டு நாள் ஓடினதே தெரியவில்லை கமலா தகவலுக்காக காத்திருந்தாள். கலெக்டர் அலுவலகத்திலிருந்து அழைப்பு வந்தது. மாறனுடன் சென்றாள் கமலா.

கலெக்டர்: உங்க தகவல் எல்லாம் கென்யா நாட்டின் இந்திய தூதரகத்திற்கு அனுப்பினேன், அவங்க அங்கே விமான நிலையத்தில் விசாரிச்சு அவர் வந்த தேதியில் சரி பார்த்து அவர் அங்கே வந்துட்டாருன்னு உறுதி படுத்தி இருக்காங்க. ஆனால் அவர் வந்த விசாவும் போலி விசா. அந்த ஊரு சட்டத்தின் படி போலி விசா, போலி வேலைவாய்ப்பு சான்றிதையோடு வந்தால் அவங்க ஊரு காசு படி 10 லட்சம் ஷில்லிங் அபராதம் நம்ம ஊரு காசுபடி ஆறரை லட்சம் வரும். அது இல்லாமல் ஒரு வருஷம் சிறை தண்டனை. உங்க கணவரை நைரோபி சிறையில் வெச்சிருக்காங்க.

கமலா தலையில் அடித்து கொண்டு அழுதாள்.....மாறன் அவளை சமாதான படுத்தினான்.

மாறன்: இப்போ என்ன செய்தால் வெளியே கொண்டு வர முடியும்.

கலெக்டர்: நம்ம பக்கத்திலிருந்து ஒரு மெயில் அனுப்பி இருக்கேன். போலி ஆவணங்கள் மூலம் ஆன்லைன் பித்தலாட்டம் நடத்தியிருக்காங்க, அதை நம்பி

ஏமாந்திருக்கார். தப்பு அவர் பெயரில் இல்லைனு. இதை ஏற்கனவே அவங்க நாட்டு போலீஸ் கண்டுபிடிச்சிருக்காங்க ஆனால் கேஸ் இன்னும் நிலுவையில் இருக்கு.இப்போ நாம அனுப்பினது சரி தானான்னு விசாரணை செய்து பார்ப்பாங்க. அவங்க விசாரிச்சு அது போலி தான்னு உறுதி படுத்தும் வரை அவர் சிறையில் தான் இருந்தாகணும். ஒண்ணுமே பண்ண முடியாது. அப்படி அதை உறுதி படுத்தினால் அந்த அபராத பணத்தை கட்டினால் சிறையிலிருந்து வெளியே அனுப்புவாங்க நீங்க அபராதம் கட்ட பணம் ஏற்பாடு பண்ணுங்க என்னால முடிஞ்ச உதவியை அரசாங்கம் மூலம் நான் ஏற்பாடு செய்கிறேன். அரசாங்கத்திடமிருந்து பணம் அனுப்பவும் முயற்சி செய்யலாம் அதை மேலிடத்தில் விசாரிச்சு சொல்றேன் .

கமலா: சார் காசு போனால் போகட்டும் இருக்கிற நகையை வித்து நான் காசு தரேன், அவரை திரும்பி இங்க வர வைக்கிற முயற்சியை பாருங்க.

கலெக்டர்: நான் கண்டிப்பாக பண்றேன். நீங்க ஏஜென்ட் யாரையும் விசாரிக்கலயா?

கமலா: இல்லை சார், நானும் சொன்னேன் ஏஜென்ட் யாரையாவது கேளுங்க, விசாரிங்கன்னு. அவர் ஏஜென்ட் தான் பணத்தை அடிச்சிருவாங்கன்னு சொன்னாரு.

கலெக்டர்: தப்பான ஏஜென்ட் போனால் தான் இப்படி நடக்கும். நிறைய நல்ல ஏஜென்ட் இருக்காங்க சில அரசாங்க அங்கீகரிக்கப்பட்ட ஏஜெண்டும் இருக்காங்க அவங்க சரியான விஷயங்களை சேகரிச்சு வெச்சிருப்பாங்க. அவங்களை நம்பி செய்யுறது தான் நல்லது. இனிமேல் இந்த மாதிரி போலி வேலை வெப்சைட் நம்பி ஏமாறாதீங்க. பாருங்க இது எவ்ளோ பெரிய சிக்கல் ஆகி இருக்குன்னு. இதை ஒரு விழிப்புணர்வு பாடமாக எல்லா பள்ளி, கல்லூரிகளில் பாடமாக சொல்ல நான் ஒரு ஆர்டர் போடறேன். அப்போ தான் யாரும் ஏமாறாமல் இருப்பாங்க.

கமலா: ரொம்ப நன்றி சார்.

மாறன்: ரொம்ப நன்றி சார், கென்யா நாட்டு போலீஸ் தகவல் எப்போ கிடைக்கும் தெரியுமா?

கலெக்டர்: நாம கம்பளைண்ட் கொடுத்திருவோம் இன்னிக்கே. அவங்க எவ்ளோ சீக்கிரம் இந்த கேஸ் நிலுவையிலிருந்து முடியுதோ நமக்கு நல்லது.

நாட்கள் செல்ல ஆரம்பித்தன.....இரண்டு மாதங்கள் ஓடி விட்டது கமலாவும் மாறனும் கலெக்டர் ஆபீஸ் பக்கம் நடையோ நடை என்று நடந்தது தான் மிச்சம். கென்யா போலீஸ் சார்பில் அந்த தகவலும் இல்லை. இரண்டரை மாதங்கள் கழித்து கலெக்டர் அழைத்தார்.

கலெக்டர்: ஒரு நல்ல செய்தி, கென்யா நாட்டு போலீஸ் அந்த ஆவணங்கள் போலியானதுனு உறுதி படுத்திட்டாங்க. இனி அந்த அபராதம் கட்டினால் அவரை விடுதலை செய்திடுவாங்க.

கமலா: பணம் நான் ஏற்பாடு பண்ணிட்டேன் சார்.

கலெக்டர்: நான் சொல்ற பேங்க் அக்கவுண்டில் அதை போடுங்க, அது இந்திய தூதரகத்திற்கு போகும், அவங்க அதை செலுத்தி அங்கே வேற என்ன விதிமுறையோ அதை சரி பார்த்து அனுப்பி வைப்பாங்க.இதெல்லாம் இன்னும் இரண்டு வாரத்தில் நடந்து முடியும்.

கமலா பல நாள் காத்திருப்புக்கு இப்போது தான் பலன் கிடைத்தது என்று நினைத்து சந்தோஷப்பட்டாள். இவ்வளவு நாள் காத்திருப்பில் அடிக்கடி உணர்ச்சிவசப்பட்டு உடம்பை கவனிக்காமல் இருந்தது அவளுக்கு சிரமமாகவே இருந்தது. சுப்ரஜாவின் அந்த ஒரு விபத்தால் குடும்பமே இப்படி சோகத்தில் இருக்கும் என்று அவள் நினைக்கவில்லை.

பணத்தை செலுத்தி ஒரு வாரத்திற்கு பின் கென்யா அரசு சற்குணத்தை விடுதலை செய்ய அனுமதி கொடுத்தது. இன்னும் இரண்டு தினங்களில் சம்பிரதாயங்களை முடித்து இந்தியா அனுப்ப படுவார் என்ற தகவல் கிடைத்தது.

இரண்டு தினங்களில் சென்னை விமான நிலையம் வந்து சேர்ந்தார் சற்குணம். கமலா, சூர்யா, சுப்ரஜா, சுப்ரியா மற்றும் மாறன் விமான நிலையத்தில் காத்திருந்தனர். சற்குணம் உடல் மெலிந்து சோர்வாக வெளியே வந்தான்.

அனைவர் கண்களிலும் கண்ணீர் பெருகியது....

சற்குணம்: ரொம்ப கஷ்டப்படுத்திட்டேன் உன்னை.

கமலா: நீங்க வந்ததே போதும், இனி எந்த நாட்டுக்கும் போக வேண்டாம் நாம இங்கேயே ஏதாவது செய்து பொழச்சிப்போம்.

சுப்ரஜா: என்னால தான் அப்பா எல்லாமே, எனக்கு இப்படி ஆனதால் தான் நீங்க இப்படி ஒரு முடிவு எடுத்து தேவையில்லாமல் பல சிக்கல்களில் மாட்டி கஷ்டத்தை அனுபவச்சிருக்கீங்க.

சற்குணம்: அட விடுமா எந்த அப்பனாக இருந்தாலும் பொண்ணுக்கு இப்படி அடி பட்டால் சும்மா இருப்பானா. ஒரு அப்பனா நான் சரியாக தான் இருந்தேன். என்ன வேலை தேடுவதில் வெளிநாட்டு வேலைவாய்ப்பில் அதிக கவனத்தை செலுத்தலை கைக்கு நல்ல காசு வருமான்னு மட்டும் தான் பார்த்தேன் அது பாதுகாப்பானதான்னு பார்க்கவே இல்லை. இது ஒரு பாடம் எனக்கு. என் நண்பர்கள் பலர் வெளிநாட்டில் இருக்காங்க யாரையும் கேட்காமல் செய்த தவறு.

மாறன்: டேய் அதெல்லாம் விட்டு தள்ளு. நீ பொழச்சு வந்ததே போதும், சரியான ஆட்களிடம் போயிருந்தால்

இந்நேரம் நல்லா இருந்திருப்ப, நேரம் சரியில்ல அதான். சரி வா ஊருக்கு போகலாம்.

சற்குணம்: *சரியாய்* சொன்ன, பல மக்கள் வெளிநாட்டில் வேலை செய்றாங்க அவங்க மாதிரி நான் முறையாக சில விஷயம் கவனிக்காதது என் தப்பு. உன்னை ரொம்ப வேலை வாங்கிட்டேன் டா. ரொம்ப நன்றி என் குடும்பத்துக்கு பக்க பலமாக நான் இல்லாத நேரம் கூட நின்னதுக்கு.

மாறன்: அட நட்பில் என்ன நன்றி வேண்டி கிடக்கு? இதெல்லாம் என் கடமை.

அனைவரும் நிம்மதியாக சந்தோஷத்துடன் விருது நகர் திரும்பினர். இனி புதிய வேலையில் சொந்த ஊரிலேயே பிழைக்க முடிவெடுத்தார் சற்குணம்.

3

நினைவலைகள்

சென்னை விமான நிலையம், "நான் ராஜேந்திரன் மகனை பார்க்க சிங்கப்பூர் செல்வதற்காக பரிசோதனை வரிசையில் நின்று கொண்டிருந்தேன். பரிசோதனை முடித்து கையில் ஒரு சிறு பெட்டியுடன் விமான கதவிற்கு பக்கத்தில் அமர்ந்திருந்தேன், சுகர் மாத்திரை போடுவது வழக்கம் அப்படி போடும்போது பொறைக்கு ஏறி மூன்று நிமிடம் மூச்சு திணறல் போல ஆகி அவஸ்தை படுத்திவிட்டது". அருகில் இருந்தவர்கள் சற்று கலக்கமாகினர். "ஒரு இளைஞன் மட்டும் என்னை தாங்கி பிடித்து கொண்டு தலையில் தட்டி என்னை சகஜ நிலைக்கு கொண்டு வந்தான்".

"ரொம்ப நன்றி தம்பி, நல்ல நேரத்தில் உதவி செஞ்சீங்க" என்றேன். "Its ok, hope you are alright" என்று சொல்லிவிட்டு அவன் மொபைலுக்குள் மூழ்கினான்.

நான் அவனையே பார்த்தபடி இருந்தேன். ஆறடி உயரம் நல்ல மாநிறம் பார்த்தாலே சைவ வீட்டு பிள்ளை என்று தெரிகிறது.நான் ஜோதிடம் பயில்பவன், வித்யாசமான ஜாதகம் எங்கு கிடைத்தாலும் அதை தேடி வாங்கி அதை ஆய்வு செய்வது என் வழக்கம். இந்த இளைஞனை பார்த்தவுடன் அவன் முகம் மட்டும் தெரிந்த முகம் போலவே இருந்தது. நன்றாக யோசித்து பார்த்தால் இருபத்தி

ஐந்து வருடம் முன்பு என் நண்பன் ஒருவன் கிட்டத்தட்ட இப்படி தான் இருந்தான். அவன் ஞாபகம் வந்தது. அவன் பெயர் ராஜு. அவன் நினைவுக்கு வந்தவுடன் அந்த பெண்ணும் நினைவுக்கு வந்தாள், அவள் ஜாதகத்தை எப்படியாவது ஆராய வேண்டும் என்று நான் பல முறை யோசித்ததுண்டு.

விமான நிலையத்தில் அழைப்பு விடுத்தனர், நேராக கிளம்பி விமானத்தில் அமர்ந்த பிறகு, விமானம் வானை நோக்கி பறக்க துவங்கியது நாலு மணி நேர பயணம், என் நினைவலைகள் கீழே நோக்கி இருபத்தி ஐந்து வருடம் முன்பு பயணம் செய்தது.

“அப்போது நாங்கள் சென்னையில் விருகம்பாக்கத்தில் இருந்தோம், என் வீட்டு மாடியில் ஒரு தனி அறை இருந்தது அதில் அரசாங்க உத்யோகம் கிடைத்து என் வயதுள்ள ஒருவன் வந்து தங்கினான் வாடகைக்கு, அவன் தான் ராஜு”.

“என் அப்பா என்னை எப்பவும் அவனை வைத்து திட்டி கொண்டிருப்பார்”. “பாரு சின்ன வயசு, அரசாங்க உத்யோகம் கிடைச்சு வேலைக்கு சேர்ந்துட்டான் நீயும் இருக்கியே” என்பார். “முதலில் அவனை பார்த்தால் எனக்கு கோவமே வந்தது மெல்ல அவன் பேசுவது, பழகுவது எல்லாம் என்னை கவர தொடங்கின”.

தினமும் அதிகாலை ஆறு மணிக்கெல்லாம் நடை பயிற்சி செய்ய கிளம்புவான், உடற் பயிற்சி செய்வான், உடம்பை கட்டுக்கோப்பாக வைத்திருப்பான், நானோ நன்றாக சாப்பிட்டு சாப்பிட்டு உடல் ஊதி கிடப்பேன். சரி நாமும் இவனோடு நடை பயிற்சி போகலாம் என்று அவனிடம் பேசி நட்பாகி கிளம்ப தொடங்கினோம். எனக்காக அவன் நடை பயிற்சி நேரம் ஏழு மணி ஆனது.

தினமும் நிறைய பேசுவோம், தினமும் செல்கையில் நாங்கள் போகும் வழியில் அங்கே ஒரு வீட்டின் முன் நின்று அவர்கள் வீட்டு கோலத்தை வெகுவாக ரசிப்பான். எனக்கு

அதில் பெரிய ஆர்வமில்லாததால் நான் அதை பெரிதாக பார்க்க மாட்டேன்.

ஒரு வாரம் தொடர்ந்து அந்த வீட்டில் வண்ண வண்ண கோலங்கள் தினப்படி போடப்பட்டு வந்தது, "இதை யார் போட்டிருப்பா வயதான பெண்மணியா இல்லை வயசு பெண்ணா?" என்று அவனுக்கு ஒரு சந்தேகம். அதை கண்டு பிடித்தே ஆக வேண்டும் என்று என்னை ஆறு மணிக்கெல்லாம் எழுப்பி கூட்டி சென்றான் அப்போதும் கோலம் போட்டு முடித்திருந்தது. "இன்னும் சீக்கிரம் வரணும் நாளைக்கு" என்றான். சரி நண்பன் தானே வரலாம் என்று இருந்தேன், அடுத்த நாள் ஐந்து மணிக்கெல்லாம் வந்து என்னை எழுப்ப எனக்கு கண்ணே திறக்க முடியவில்லை என்னை வம்படியாக இழுத்து சென்றான். அந்த வீட்டில் ஒரு அழகான இளம் பெண் தான் கோலம் போட்டு கொண்டிருந்தாள், இவன் கோலத்தையும் சேர்த்து அவளையும் ரசித்தான். இப்படியே ஒரு வாரம் போக தீபாவளி வந்தது, பெரிய கோலம் போட்டிருந்தது கோலமென்றால் சாதாரணமான கோலம் இல்லை அப்படியே வண்ணமயாக அச்சடித்து போல, "அனைவருக்கும் தீபாவளி நல்வாழ்த்துக்கள்" "என் கோலத்தை ரசிக்கும் ரசிகர்களுக்கும் தீபாவளி நல்வாழ்த்துக்கள்" என்று எழுதி இருந்தது. ராஜூ மிகவும் சந்தோஷமானான். "என்னிடம் எப்போதும் அந்த பெண்ணை பற்றியே பேசி கொண்டிருப்பான் ஒரு தலையாய் அவளை காதலிக்கிறான்" என்று அவன் பேசுவதிலேயே தெரிந்தது, ஆனால் அவனுக்கு பேசுவதற்கு மிகவும் கூச்சம், "சரி நான் உதவி செய்கிறேன்" என்று சொல்லி இருந்தேன்.

ஒரு வாரம் போனது, இன்று அவளிடம் ராஜூவை பற்றி பேச வேண்டும் என்று நினைத்தேன். அந்த வீட்டின் முன், இன்று மிக பெரிய கோலம் அப்படியே தொடர்ந்து நான்கு வீடு தள்ளி ஒரு கல்யாண மண்டபம் வரை கோலங்களாக போட பட்டிருந்தது. என்ன என்று புரியவில்லை பக்கத்தில்

உள்ள டீ கடையில் விசாரிக்க, இன்று அந்த பெண்ணுக்கு நிச்சயதார்த்தம்,மாலை பெண் அழைப்பு நாளை கல்யாணம் என்று சொன்னார்கள்.

ராஜு ஆடி போனான், எனக்கும் அவன் நிலைமை பார்த்தால் சற்று சங்கடமாக இருந்தது.எதுவுமே பேசாமல் வீடு திரும்பினான், அடுத்த நாள் நான் வேண்டாம் என்று சொன்னபோதும் நாம நடை பயிற்சி போவோம் என்று அழைத்து சென்றான். அன்று நாங்கள் கண்ட காட்சி சற்று அச்சத்தை தந்தது.

அந்த கல்யாண மண்டபத்தில் யாரும் இல்லை வாழை மரங்கள் எல்லாம் கழட்டி வைக்க பட்டிருந்தது. உடனே அந்த டீ கடைக்கு சென்று விசாரிக்க, அவர் சொன்னார்,"அட போ பா அந்த பொண்ணுக்கு நேத்து சாயுங்காலம் பொண்ணு அழைப்பு நடந்துச்சு அதே நேரத்தில் மாப்பிள்ளை செங்கல்பட்டில் இருந்து வந்து கொண்டிருந்தார் வர வழியில் விபத்து ஆகி மாப்பிள்ளை இறந்துட்டார் இரவோடு இரவாக செய்தி வர கல்யாணம் நின்று போனது" என்றார்.எங்கள் இருவருக்குமே சற்று கலக்கமானது ஒரு பக்கம் ராஜுவிற்கு வாய்ப்பிருக்கிறது என்றாலும் இந்த தோல்வியால் அந்த பெண் ஏதும் செய்து கொள்ள கூடாதே என்ற எண்ணம் எனக்கு தோன்றியது.

ஒரு மாதம் ஆனது அந்த வீட்டு வாசல் முன் கோலங்கள் இல்லை, ராஜுவும் இப்போது தொந்தரவு செய்ய வேண்டாம் என்று நாங்கள் வெறும் நடை பயிற்சி சென்று விட்டு வந்தோம்.

ஆறு மாதம் பிறகு நாலு புள்ளி கோலம் வந்தது, படி படியாக பெரிய பெரிய கோலம் வண்ணமயாக அந்த பெண் போட ஆரம்பித்தாள் ராஜுவும் சந்தோஷமானான் மீண்டும் சகஜ நிலைக்கு திரும்பிவிட்டாள் என்று எண்ணினோம். முதல் முறை தான் விட்டு விட்டோம் இந்த முறை கண்டிப்பாக பேசி விட வேண்டும் என்று முடிவாக இருந்தான் ராஜு.

அடுத்த நாள் இருவரும் போக மறுபடியும் அதே போல பெரிய கோலம் அந்த மண்டபம் வரை பதறி அடித்து விசாரித்தால் நாளை அந்த பெண்ணுக்கு கல்யாணம் என்றார்கள். ராஜு தலையில் இடி விழுந்தவன் போல் ஆனான். நான் தான் அவனை திட்டினேன் "எதையும் யோசிச்சு யோசிச்சு சொல்லாமல் இருக்காதே இப்போ பாரு யாருக்கு அவஸ்தை" என்று.

அடுத்த நாள், மீண்டும் நடை பயிற்சிக்கு போக வேண்டாம் என்றான், நான் தான் போயிட்டு வரலாம் என்று கூட்டி சென்றேன். இந்த முறையும் அந்த மண்டபத்தில் கூட்டம் இல்லை வாழை மரம் இறக்கி வைக்க பட்டிருந்தது.அந்த டீ கடையில் விசாரித்தால்,"என்னவென்று தெரியலை தம்பி கல்யாணம் நின்னுருச்சுன்னு மட்டும் தெரியும்" என்றார்.

மறுபடியும் நின்னுருச்சா ராஜுவிற்கு சற்று நம்பிக்கை வந்தது ஆனாலும் இந்த நிலைமையில் எப்படி போய் அந்த பெண்ணிடம் பேசுவது என்று குழப்பம். எனக்கோ இது இரண்டாவது முறை அவர்கள் ஏதும் தப்பாக யோசிக்க கூடாது என்று பதற்றம். சில நாள் பொறுமையாய் இருப்போம் என்று முடிவு செய்தோம்.

இரண்டு வாரம் ஆனது அந்த டீ கடைகாரரர் எங்களை அழைத்தார். "தம்பி இந்த முறை மாப்பிள்ளைக்கு பக்கத்தில் ஒரு ரூம் போட்டிருந்தாங்க அவர் குளிக்க போகும்போது சோப்பு மேல கால் பட்டு வழுக்கி விழுந்து தலையில் அடிபட்டு கோமாக்கு போயிட்டார் இரண்டு வாரம் கழித்து இன்று காலை இறந்துட்டார் கல்யாணம் நின்னுருச்சு" என்றார்.கேட்கவே கஷ்டமாக இருந்தது இரண்டு முறை அந்த பெண்ணுக்கு கல்யாணம் நின்று விட்டது, கடவுள் நண்பனுக்கு இன்னும் ஒரு வாய்ப்பு கொடுத்திருக்கார் என்று தோன்றினாலும் இப்போ எப்படி பேசுவது என்று புரியவில்லை.

அவர்கள் வீட்டிற்கு நேராக சென்று பெல் அடித்து பார்த்தோம் கதவு திறக்கவேயில்லை. ஒரு மாதம்

போனது மீண்டும் சிறியதாக கோலம் போட்டிருந்தது அவள் வீட்டில், சகஜ நிலைக்கு திரும்பி விட்டாள் என்று எண்ணினோம். உடனே தாமதிக்காமல் சென்று அவள் வீட்டு கதவை தட்டினோம், கதவு திறக்கவேயில்லை. ஏமாற்றத்துடன் ராஜு கண் கலங்கினான்.

இரண்டு வாரம் நாங்கள் நடை பயிற்சிக்கு போகவேயில்லை.இரண்டு வாரம் கழித்து போனோம் அந்த வீட்டு வாசலில் கோலம் இல்லை, அந்த டீ கடைக்காரர் எங்களை அழைத்தார். "தம்பி விஷயம் தெரியாதா அந்த பொண்ணுக்கு அவசர அவசரமாக கல்யாணம் ஏற்பாடு செஞ்சாங்க இந்த முறை இந்த மண்டபம் வேண்டாம்னு போரூரில் ஒரு மண்டபத்தில் வெச்சாங்க இந்த முறையும் கல்யாணம் நின்னுருச்சு விரக்தியில் வந்த விலைக்கு வீட்டை விற்று விட்டு அவங்க சொந்த ஊரு திண்டிவனம் போயிட்டாங்க" என்றார். "எல்லாமே கடந்த இரண்டு வாரத்தில் முடிஞ்சிருச்சு தம்பி" என்றார்.

ராஜுவிற்கு இருந்த கடைசி நம்பிக்கையும் பறி போனது. அன்று அந்த டீ கடையில் அவன் கதறி அழுததை என்னால் இன்றும் மறக்க முடியவில்லை.

சில மாதத்தில் கன்யாகுமரிக்கு வேலை மாற்றம் கிடைத்து ராஜு சென்று விட்டான், அடுத்த ஒரு வருடம் மட்டும் கடிதம் மூலமாக அவன் தொடர்பு இருந்தது அதன் பிறகு அவன் என்ன ஆனான் என்று தெரியவில்லை. அதே போல அந்த பெண்ணும் என்ன ஆனாள்?, இப்போது உயிரோடு இருக்கிறாளா என்றே தெரியவில்லை.

காலங்கள் ஓட ஆரம்பித்தது எனக்கு கல்யாணம் ஆகி, மகன் பிறந்து வாழ்க்கை நல்லபடியாக சென்றது என் மனைவி சில காலம் முன்பு இறந்தாள், மகன் சிங்கப்பூருக்கு வேலைக்கு செல்ல இப்போது அவனை பார்க்க சென்று கொண்டிருக்கிறேன். மனைவி இறந்த பிறகு தனிமை என்னை வாட்டியது, அந்த வெற்றிடத்தை ஏதாவது செய்து நிரப்ப முடிவு செய்து, அதை சரியாக பயன்படுத்தி கொள்ள

ஜோதிடம் கற்று கொள்ள ஆரம்பித்தேன் பல வித்தியாசமான ஜாதங்கங்களை ஆராய்ச்சி செய்வதில் பொழுது கழிந்தது அந்த பெண்ணுடைய ஜாதகம் கிடைத்தால் நன்றாக இருக்குமே ஆய்வு செய்ய என்று பல முறை நினைத்ததுண்டு, மூன்று முறை கல்யாணம் நின்று போனதற்கு என்ன காரணம் என்று தெரிந்து கொள்ள நான் ஆசை பட்டேன். ஆனால் பயன் ஏதும் இல்லை.

விமானம் சிங்கப்பூரில் தரை இறங்கியது நினைவலைகளை மூட்டை கட்டி வைத்துவிட்டு இறங்கி வெளியே வந்தேன், என் பெட்டியை தூக்க சிரம பட்டேன் மீண்டும் அந்த இளைஞன் வந்து உதவி செய்தான். இருவரும் வெளியே வர அங்கே வரவேற்க மக்கள் காத்திருந்தனர், நான் என் மகனை பார்த்து கை அசைக்க அந்த இளைஞன் அப்பா என்று கூப்பிட்டு கை அசைத்தான். அங்கே பார்க்க எனக்கு மிகுந்த ஆச்சிரியம் என் மகன் பக்கத்தில் ஒரு வயதான தம்பதியராக என் பழைய நண்பன் ராஜு மற்றும் அந்த பெண். அவர்கள் மகன் தான் என்னோடு பயணித்தது என்று புரிந்து கொண்டேன்.

மகனிடம் பேசிவிட்டு நீங்க ராஜு தானே என்று கேட்டவுடன் அவன் கட்டி பிடித்து "ராஜேந்திரா எப்படி இருக்க எவ்ளோ வருஷம் ஆச்சு பார்த்து" என்றான். என் மகனை அவர்களுக்கு அறிமுகம் செய்தேன். சில நேர மௌனத்திற்கு பிறகு, " நீ கண்டிப்பாக என் வீட்டுக்கு வா நிறைய பேசணும்" என்றான் ராஜு.

இரண்டு நாள் கழித்து ராஜு வீட்டிற்கு செல்வதாய் இருந்தோம் நானும் என் மகனும். இரண்டு நாள் எனக்கு ஒன்றுமே ஓடவில்லை, மூன்று முறை நின்று போன திருமணம், வேறு ஊருக்கு மாறிய பெண், இவனும் வேறு ஊருக்கு சென்று விட்டான் இவர்கள் எப்படி தம்பதியனர்கள் என்று.

இரண்டு நாள் கழித்து அவன் வீட்டுக்கு சென்றவுடன்

பொறுக்க முடியாமல் முதலில் இதை தான் கேட்டேன்.அதற்கு அவன் சிரித்து கொண்டே சொன்னது, அது என் வாழ்க்கையின் சுவாரஸ்யமே, நான் கன்யாகுமரி போயிட்டு அங்கே மூன்று வருஷம் இருந்தேன் அப்புறம் ஓசூருக்கு மாற்றல் ஆச்சு. அப்போ தான் என் வீட்டில் கல்யாணம் பண்ணியே ஆகணும்னு வற்புறுத்தினாங்க இவளை மறக்க முடியாமல் இருந்த நான் முடியாது என்று சொல்ல, இன்று ஒரு பெண்ணை மட்டும் பார்த்தே ஆகணும்னு சொல்லி கூட்டிட்டு போனாங்க அங்கே போய் நான் பார்த்தது இவளை தான், உடனே சம்மதம் சொன்னேன். கல்யாணம் ஆகி இருபது வருஷம் ஆச்சு என்றான்.

அவளிடம் கேட்டால், நாங்க திண்டிவனம் போனோம் அங்க நாலு வருஷம் கழிச்சு எங்க அப்பா இறந்து[illegible]ார், வேலைக்கு போக நினைச்சேன் ஓசூரில் வேலை கிடைச்சுது அம்மாவின் வற்புறுத்தலால் மாப்பிள்ளை பார்க்க சம்மதித்தேன். நேரில் இவரை பார்த்ததும் அழுகையே வந்து விட்டது இவரோடு பேசினது இல்லையென்றாலும் பார்த்திருக்கிறேன் எனக்கு பிடிச்சிருந்தது, “எங்கள் வீட்டிற்கு நீங்கள் இருவரும் வந்த போதும் எங்க அப்பா கதவை திறக்கவே விடலை. மனசுக்குள் காதலோடு பேசாமலேயே பெற்றோர் பார்த்து செய்த திருமணமாகி போனது எங்களுடையது தான்” என்று சொல்லி சிரித்தாள்.

“அடேங்கப்பா, எவ்வளவு வலிகள், போராட்டம் வாழ்க்கையில் அதை தாண்டி ஜெயித்திருக்கிறீர்கள்.உங்க இடத்தில் வேறு எந்த பெண்ணாக இருந்தாலும் தன்னையே அழிச்சிருப்பாங்க. உங்க பெயரே எனக்கு தெரியாது, உங்க பெயர் என்ன?” என்று நான் கேட்க "என் பெயர் தைரிய லட்சுமி" என்றாள், “பெயரிலேயே தைரியம் இருக்கு வாழ்க்கையில் தோல்வி ஆன பல பெண்களுக்கு நீங்க மிக பெரிய எடுத்துக்காட்டு. நான் இப்போ ஜோதிடனாக இருக்கேன் உங்க இரண்டு ஜாதகமும் வேண்டும் ஆய்வு செய்ய என்று சொல்ல “அவர்கள் மகிழ்ச்சியோடு கொடுத்தனர்.

4

அந்த ஓர் இரவில்...!

அது 1989 ஆண்டு, இந்தோனேஷியா நாட்டின் பூர்வாகர்த்தா என்ற இடத்தில் கல்யாண் குமார் குடும்பத்தோடு வசித்து வந்தார். எழுபதுகளில் பல இந்தியர்கள் விவசாய வேலைக்கும், ஜவுளி வேலைக்கும் இந்தோனேஷியா நாட்டிற்கு குடி பெயர்ந்தார்கள் அப்படி வந்தவர்களில் கல்யாண் குமாரும் ஒருவர். இந்தியர்கள் போல சீனர்களும், இலங்கையை சேர்ந்தவர்களும் அங்கே குடியேறினர். அவர்களுக்கெல்லாம் தனி தனியாக ஒரு சமூகம் போல அமைத்து கொடுத்தது இந்தோனேஷியா அரசு.

இந்தியர்களுக்கென்று ஒரு இடம், சீனர்களுக்கு, இலங்கையர்களுக்கு என்று தனித்தனியாக இடம் கொடுக்கப்பட்டது அந்த இடத்திற்குள் அவர்களுக்கேற்ற வியாபாரங்களை அவர்கள் செய்து கொள்ளலாம், வெளியே வேலைக்கு செல்பவர்களும் செல்லலாம். இதெல்லாமே ஊருக்கு சற்று தள்ளி காடுகள் நிறைந்த பகுதிக்கு பக்கத்தில் அமைந்துள்ளது.

ஜகார்த்தா நகரம் தான் இந்தோனேசியாவின் தலை நகரம், அங்கிருந்து பூர்வாகர்த்தா ஒரு மணி நேர பயணம், பலர்

இப்படி பயணம் செய்வதை வழக்கமாக கொண்டிருந்தனர். பூர்வாகர்த்தா இடத்தில் விலைவாசி கம்மி அதனால். இப்படி தினமும் ஒரு மணி நேரம் பிரயாணம் செய்து ஒரு ஜவுளி துணி தயாரிக்கும் கம்பெனியில் வேலை பார்க்கிறார் கல்யாண் குமார்.

அவருக்கு இரண்டு மகன் குரு, திரு என்று. குருவிற்கு 11 வயசு, திருவிற்கு 7 வயசு.அவர்கள் வீட்டை விட்டு 500 அடி தாண்டும்வரை கடைகள் இருக்கும் அதன் பிறகு பொட்டல் காடு இருட்டாகவே இருக்கும்.

ஒரு நாள் கல்யாண் குமார் கம்பெனியில் ஆண்டு விழா, அனைத்து தொழிலாளர்களுக்கும் பரிசு வழங்கும் விழா வேறு, குடும்பத்தோடு வர அழைப்பு. அன்று குருவிற்கு உடம்பு சரியில்லை அடுத்த நாள் பரீட்சை வேறு என்ன செய்வதென்று புரியவில்லை, பக்கத்து வீட்டு தமிழர் அவர் மகன் சந்தோஷ் 9 வயது. குரு, திரு, சந்தோஷ் மூவரையும் விட்டுவிட்டு செல்வதென முடிவு செய்து கல்யாண் குமார் அவர் மனைவியோடு விழாவிற்கு கிளம்பினார்.

“இதோ பாருங்க நாங்க வர ராத்திரி 8 மணி ஆகும் அதுவரைக்கும் எங்கேயும் வெளியே போக கூடாது புரியுதா?!!” என்று அழுத்தமாக கூறினார் கல்யாண் குமார்.

"சரி சரி" என்று தலை அசைத்தனர்.

கல்யாண்குமார் சென்று மூன்று, நான்கு மணி நேரம் ஆகிவிட்டது, “விழா தாமதமாகும் வீட்டிற்கு வர இரவு 10 மணியாகும்” என்று அவர் வீட்டிலிருக்கும் அந்த கால தொலைபேசியில் அழைத்து கூறினார் மகன்களிடம்.

நேரம் ஆக ஆக இவ்ரகள் மூவருக்கும் பொழுது போகவில்லை, என்ன செய்வதென்று புரியவில்லை. குரு ஒரு யோசனை சொன்னான்.

“இங்கே பக்கத்தில் வீடியோ காஸெட் கடை இருக்கே

அங்கே போயிட்டு ஏதாவது படம் வாங்கிட்டு வந்து பார்க்கலாம்"என்றான் குரு.

"ஐயோ அப்பாக்கு தெரிஞ்சா திட்டுவாரு வெளிய போக கூடாதுன்னு சொல்லியிருக்காரு" என்று பயந்தபடியே கூறினான் திரு.

"டேய் எதுக்கு பயப்படுற. இங்கிருந்து 500 அடி தான் கடைசி கடை. மூணு பேருக்கும் சைக்கிள் இருக்கு. சீக்கிரமே வந்துடலாம்" என்று தைரியம் கொடுத்தான் சந்தோஷ்.

"சரி போவோம்" என்று ஒரு மனதாக முடிவெடுத்தான் திரு.

மூவரும் சைக்கிள் எடுத்து கொண்டு கிளம்பினர். அங்கே வரிசையாக வீடுகள் இருக்கும் அதன் பிறகு சற்று இடைவெளி மரங்கள் மட்டும், அதன் பிறகு சில கடைகள் அதை தாண்டி காடு.

வேக வேகமாக சென்று கடையில் வீடியோ காஸெட் வாங்கிவிட்டனர். இவர்கள் வாங்கியவுடன் கடையை பூட்டிவிட்டு சென்று விட்டார்.

அங்கிருந்து சைக்கிள் எடுத்து திரும்பி வருகையில் பக்கத்தில் ஒரு புதரில் ஏதோ அசைவு தெரிந்தது, மூவருக்கும் பயம் தொற்றிக்கொண்டது. அதை தாண்டி சைக்கிள் ஓட்டி செல்ல பயம். மெல்ல குரு சைக்கிள் மிதிக்க அந்த புதருக்குள்ளிருந்து ஒரு கருப்பு உருவ மனிதன் வெளியே வந்தான். கருப்பு சட்டை, கருப்பு பான்ட், கருப்பு கண்ணாடி, கருப்பு ஷூ, கருப்பு முகமூடி கூட.

"உங்ககிட்ட இருக்கிற பொருள் எல்லாத்தையும் இங்கே கீழே போடுங்க" என்று கர்ஜனை குரலில் மிரட்டினானான் அந்த கருப்பு உருவ மர்ம மனிதன்.

பயத்தில் சைக்கிள் மற்றும் கையில் வைத்திருந்த சில்லறை

காசு, ஒரு விசில் எல்லாவற்றையும் கீழே போட்டனர்.

அருகில் வா என்று கை அசைத்தான் திருவை பார்த்து....

“உன் பெயர் என்ன?”

“தி...தி...திரு” என்று பயத்தில் தன் பெயரை மென்று முழுங்கினான்.

“எத்தனை வயசு ஆகுது?”

“7”

“உனக்கு??” அடுத்தவனை பார்த்து மிரட்டினான்.

“ நான் சந்தோஷ் 9 வயசுஆகுது எனக்கு”.

மர்ம மனிதன் அவன் கையில் ஒரு துப்பாக்கியை எடுத்தான். மூவரும் அதிர்ந்து போயினர்.

“நீங்க இரண்டு பேரும் வாங்க. இப்போ நீங்க ஓடணும், திரும்பி பார்க்காமல் ஓடணும், அப்படி திரும்பினால் நான் உங்களை சுட்டுடுவேன். புரியுதா”.

திருவும், சந்தோஷும் தலை தெறிக்க ஓடினார்கள் அழுகை முட்டி கொண்டு வந்தது, இருவரும் அவர்கள் வீடு பக்கம் வந்துவிட்டனர். நேராக சந்தோஷ் வீட்டிற்கு ஓடி அவன் அம்மாவை அழைத்தான். அவர்கள் வெளியே வந்து பார்ப்பதற்குள் ஒரு கார் கிளம்பும் சத்தம் மட்டும் கேட்டது குருவை கடத்தி கொண்டு சென்றுவிட்டான் அந்த மர்ம மனிதன்.

அந்த நேரத்தில் கல்யாண் குமார் வர, திரு அழுதபடி நடந்ததை கூறினான். இருவரும் இடிந்து போயினர்.

“வெளிய போகாதீங்கன்னு சொன்னேன்ல. ஐயோ தப்பு பண்ணிட்டேனே, சின்ன பசங்களை தனியாக விட்டது பெரிய தப்பு ஆகிருச்சே” என்று வருத்தப்பட்டார் கல்யாண்குமார்.

காவல் நிலையத்திற்கு சென்று புகார் கொடுத்தனர். அந்த நேரத்தில் போலீஸ் அதை பெரிதாக எடுத்து கொள்ளவில்லை. அடுத்த நாள் காலை தான் வந்தனர். அங்கே இருப்பவர்களிடம் விசாரித்தனர், அவர்கள் சைக்கிள் போட்ட இடம் அப்படியே அங்கேயே இருந்தது அவன் எந்த பொருளும் எடுக்கவில்லை.

திரு அவன் தமிழில் தான் பேசினான் என்று மட்டும் சொன்னான். போலீஸ் ஒரு இந்திய குற்றவாளியை தேடி பிடிக்க ஒரு தனி படை அமைத்தது. நாட்கள் செல்ல தொடங்கின ஒரு தகவலும் இல்லை. அந்த புதர் தாண்டி இருக்கும் வீட்டில் வசிப்பவரிடம் விசாரணை செய்தனர்.

அவரும் அன்று கார் கிளம்பிய சத்தம் கேட்டு தான் வெளியே வந்தேன் யாரென்று தெரியவில்லை என்றே கூறினார். இந்தோனேஷியா போலீஸ் அவரையே சந்தேகித்து, அவன் வீட்டில் சோதனை மேற்கொண்டது. ஒன்றுமே கிடைக்கவில்லை, அவன் வீட்டு தோட்டத்தில் எல்லா இடத்திலும் தோண்டி பார்த்தது எதுவுமே கிடைக்கவில்லை.

அந்த இருப்பிடத்தின் சுற்று வட்டாரத்தில் இது போல ஏதாவது சிறுவர்கள் காணாமல் போனார்களா என்று விசாரணை செய்து பார்த்தது அப்படி எதுவும் எந்த வழக்கும் பதிவாகவில்லை.

நாட்கள் நகர தொடங்கின, கல்யாண் குமார் போலீஸ் ஸ்டேஷன் சென்று அலைந்து வந்தது தான் மிச்சம் ஒரு தகவலும் கிடைக்கவில்லை. நாட்டை விட்டே சென்று விடலாம் என்றும் தோன்றியது, அவரது சம்பாத்தியத்தில் தான் அவர் தம்பி, தங்கைகள் இந்தியாவில் வாழ்ந்து

கொண்டிருந்தனர். நாட்கள் செல்ல செல்ல இந்தோனேஷியா போலீஸ் இந்த வழக்கை கிடப்பில் போட்டனர், புதிதாக வந்த வழக்குகளுக்கே முன்னுரிமை கொடுத்தனர்.

திருவிற்கு அவனது குரல் மட்டும் நன்றாக பதிவாகியிருந்தது, அவன் அண்ணன் மேல் மிகவும் பாசமானவன் இப்படி தொலைந்த ஒருவனை கண்டுபிடிக்க முடியாமல் அவன் அப்பாவும், அம்மாவும் படும் வேதனை அவனை என்னவோ செய்தது.

ஒரு வருடமே ஓடிவிட்டது,குரு தொலைந்தவன் தொலைந்தவன் தான். அந்த ஓர் இரவில் நடந்த சம்பவம் திருவை வெகுவாக பாதித்தது. வருடா வருடம் செல்ல செல்ல குருவின் பிறந்த நாளுக்கு கேக் வாங்கி வைத்து அவன் வந்து விடுவான் என்று காத்திருந்தனர் ஆனால் அவன் வரவேயில்லை.

காலம் அனைத்தையும் மறக்க செய்யுமே, அப்படி அவர்கள் அடுத்த வாழ்விற்கு தங்களையே தயார் படுத்திக்கொண்டார்கள். திரு படித்து பட்டம் முடித்தான். குருவும், திருவும் பிறந்தது இந்தோனேசியாவில் தான் அதனால் இந்தோனேஷியா குடியுரிமை அவர்களுக்கு உண்டு அங்கே அரசாங்கத்திடமும் வேலை பார்க்க முடியும்.

குருவின் கடத்தல், அதன் பின் அவன் வராதது இது எப்போதும் திருவின் மூளையில் ஓடி கொண்டேயிருந்தது. வேற்று நாட்டுக்காரன் என்பதால் போலீஸ் காட்டும் அலட்சியமா, இல்லை போலீஸ்க்கு தெரிந்தே இது போல குற்றங்கள் நடக்கிறதா என்று அவனுக்குள் பல பல கேள்விகள். இதற்கு ஒரே தீர்வு, தான் போலீஸ் ஆனால் மட்டுமே கிடைக்குமென்று சிறு வயது முதல் போலீஸ் ஆக வேண்டும் என்ற வைராக்கியதோடு வளர தொடங்கினான். நினைத்தபடி இன்று 2004 ஆண்டு திரு இந்தோனேஷியா போலீஸ் படையில் சேர்ந்துவிட்டான்.

அப்போது தான் கணினிமயம் ஆக்கப்பட்டு எல்லாம் மாறி

கொண்டிருந்த நேரம், முதல் ஒரு வருடம் பழைய வழக்குகளை கணினிமயமாக்க வேலைகள் நடந்து கொண்டிருந்தன அதை மேற்பார்வை பார்க்கும் வேலை திரு செய்ய வேண்டும்.

குரு காணாமல் போனது போல வேறு யாராவது காணவில்லை என்று வழக்கு கொடுத்திருக்கிறார்களா என்று ஆராய தொடங்கினான்.1989 முதல் 1992 வரை நான்கு இடத்தில் சிறுவர்கள் காணாமல் போயிருந்தனர் அனைவருமே இந்தியர்கள். 1989 குரு, 1990 மேற்கு ஜகார்தாவில் ரிஷி என்ற 10 வயது சிறுவன், 1991 பாண்டுங் என்ற ஊரில் சுதீப் என்ற 10 வயது சிறுவன், 1992 கேஷவ் 9 வயது சிறுவன். இது எதுவுமே முடிக்கப்படாத வழக்குகளாகவே இருந்தன.

இதில் சுவாரஸ்யமான விஷயம் என்னவென்றால் பாண்டுங் நகரில் சுதீப் என்ற சிறுவனை கடத்தியபோது இவனுக்கு நடந்தது போல மேலும் ஒரு சிறுவனை துப்பாக்கி முனையில் ஓட விட்டு கடத்தியிருந்தது தெரிய வந்தது. "அப்போ இது எல்லாத்தையும் செய்வது ஒரு இந்தியன், அப்போ கடத்தல் ஆனவங்க இப்போ உயிரோட இருக்காங்களா இல்லையா? இவ்வளவு கடத்தல் எதற்காக செய்யணும். 1992 பிறகு இது போல வழக்கு எதுவுமே இல்லை. ஒரு வேளை அதற்கு முன்னாள் இருந்தால்???"

மீண்டும் 1989 முன்னாள் உள்ள வழக்குகளை ஆராய, 1985 மற்றும் 1987 ஆண்டு இதே போல சிறுவர்கள் காணவில்லை என்று வழக்கு பதிவாகியிருந்தது அந்த சிறுவர்களும் இந்தியர்கள் என்று தெரிய வந்தது.

சேகரித்த தகவல் அனைத்தையும் அவன் மேல் அதிகாரியிடம் கொடுத்து அந்த வழக்கை கண்டுபிடிக்கவேண்டும் என்று சொல்ல. புதிதாக வேலைக்கு சேர்ந்த இவனை ஏளனமாகவே பார்த்தனர். அதையெல்லாம் மூட்டை கட்டிவிட்டு அங்கே மந்திரி ஒருவர் வீட்டின்

விழாவிற்கு காவலுக்கு அனுப்பினார்கள்.

மூளை முழுக்க அந்த வழக்கை பற்றியே சிந்தித்து கொண்டிருக்க பாதுகாப்பு பணியில் அவனால் வேலை செய்யவே முடியவில்லை, அந்த நேரத்தில் அந்த மந்திரி மகனுக்கு உடம்பு முடியாமல் அவசர சிகிச்சைக்கு சேர்க்க வேண்டிய நிலை. திரு அவர் மகனை மருத்துவமனையில் சேர்த்தான் ஆனாலும் சில மணி நேரத்தில் அவர் மகன் சிகிச்சை பலனின்றி இறந்தான்.

கடைசி நேரத்தில் உதவியதற்காக அந்த மந்திரி திருவை அழைத்து நன்றி சொன்னார், அப்போது அவரிடம்,"எதனால் மரணம்?" என்று கேட்டபோது தான் தெரிந்தது அவனின் பல கேள்விக்கான பதில் அவர் சொன்னதில் தான் இருந்தது.

மந்திரி மகனுக்கு பத்து வயதிருக்கும்போது ஒரு கார் விபத்தில் அவனது இரு சிறு நீரகமும் பழுதானது, அந்த நேரத்தில் உடனடியாக மாற்று சிறு நீரக அறுவை சிகிச்சை செய்தால் மட்டுமே காப்பாற்ற கூடிய நிலை அந்த நேரத்தில் ஒருவன் மருத்துவமனையில் அவன் மகன் இறந்துவிட்டதாகவும் மாற்று சிறுநீரகம் ஏற்பாடு செய்ய முடியும் என்று சொல்லி ஏற்பாடும் செய்து கொடுத்திருக்கிறான் அதற்கு அந்த மந்திரி தக்க சன்மானமும் வழங்கியுள்ளார்.

ஆனாலும் அவர் மகனுக்கு அந்த விபத்துக்கு பிறகு பல தரப்பட்ட நோய்கள் வந்து இப்போது இறந்தும் போனான். அவரிடமிருந்து அவர் மகனின் சிகிச்சை பெற்ற அந்த மருத்துவமனை பற்றிய விவரங்களை வாங்கிக்கொண்டு தனியாக ஓய்வு நேரங்களில் விசாரணை மேற்கொள்ள முயன்றான்.

மந்திரி மகனுக்கு பத்து வயதில் அறுவை சிகிச்சை செய்தது 1990 ஆம் ஆண்டு அதே ஆண்டில் ரிஷி என்ற சிறுவனை கடத்தியதும் அதற்கு அடுத்த இரண்டு நாளில் மந்திரி மகனுக்கு அறுவை சிகிச்சையும் நடந்தது ஒத்து போனது.

உடல் உறுப்புகள் தானமாக கொடுப்பவர்கள் பெயர் பட்டியல் எல்லா மருத்துவமனையிலும் வைத்திருப்பார்கள் அப்படி அதை சேகரிக்க மருத்துவமனையில் கேட்டபோது அவர்கள் கொடுத்த பெயர் மற்றும் முகவரி "அருள் பிரகாசம்". இது அத்தனையும் நடந்தது மேற்கு ஜகார்தாவில். அந்த முகவரியில் இப்போது யாரும் இல்லை.

அடுத்து திரு பாண்டுங் நகருக்கு பயணம் செய்தான்,1991 ஆம் ஆண்டு ஏதாவது சிறுவர்களுக்கு உடல் உறுப்பு மாற்று அறுவை சிகிச்சை நடந்ததா என்று விசாரிக்க தொடங்கினான். ஒரு மருத்துவமனையில் உறுதி செய்தனர், கண் தான அறுவை சிகிச்சை 1991 ஒரு தொழிலதிபர் மகனுக்கு நடந்தது என்று அந்த தேதியும், அந்த வருடம் கடத்தப்பட்ட சுதீப் தேதியும் ஒரு வாரத்திற்குள் இருந்தது. கண் தானம் செய்தவரின் முகவரியை பார்க்கும்போது அங்கும் அதே பெயர் "அருள் பிரகாசம்" ஆனால் வேறு முகவரி. அந்த தொழிலதிபரை விசாரிக்கும்போது அவரும் அதே கதை சொன்னார்,"அவர் ஒரு இந்தியர் அவர் மகன் அப்போது இறந்துட்டான் அவர் மகன் கண்ணை தானமாக கொடுத்தார், அவர் உதவிக்கு தக்க சன்மானமும் வழங்கினோம்" என்று.

இதே போல மற்ற வருடங்களிலும் அந்தந்த ஊர்களில் நிச்சயம் இருக்கும் என்று எதிர்பார்த்தபடி தேட, அனைத்து இடத்திலும் ஒரே தகவல் "அருள் பிரகாசம்". 1989 ஆண்டு மட்டும் எந்த உடல் உறுப்பு மாற்று அறுவை சிகிச்சை எதுவுமே இல்லை.

இதையெல்லாம் செய்தது "அருள் பிரகாசம்" என்ற இந்தியன், "எதற்காக எல்லா இடத்திலும் மகன் இறந்துவிட்டான்னு உடல் உறுப்பை தானமாக கொடுக்கணும்? வருஷத்திற்கு ஒரு கடத்தல் மட்டுமே நடந்திருக்கு மற்ற நேரம் என்ன செய்திருப்பான்?? குருவை பற்றி எந்த தகவலும் இல்லை, மற்ற சிறுவர்கள் உடல் உறுப்பை எடுத்துவிட்டு நிச்சயமாக இறந்திருக்க கூடும்

அல்லது எங்காவது உயிரோடு இருக்க கூடும். 1992 பிறகு இது போல கடத்தல் சம்பவம் எதுவும் நடைபெறவில்லை அப்போ எங்கே போயிருப்பான்? கடத்தினவனும் ஒரு வேளை உயிரோடு இல்லையா??" திருவின் மூளைக்குள் கேள்விகளாக துளைத்தன.

பல வருடமாக அந்த நாட்டில் வசித்து வந்தால் அந்த நாட்டின் குடியுரிமை பெற முடியும் அதன் படி இந்தோனேஷியா குடியுரிமைக்கு மாறிய இந்தியர்களில் அருள் பிரகாசம் என்ற பெயரில் இருப்பவர்களை பட்டியல் எடுத்தால் அவனை பிடிக்க முடியும் என்று புரிந்தது.

இப்போது அவன் சேகரித்த அனைத்து ஆவணங்களையும் மேல் அதிகாரியிடம் கொடுக்க அவர் திருவை இந்த வழக்கை பார்க்க ஒப்புதல் கொடுத்தார்.

அந்த குடியுரிமை பட்டியலில் மூன்று அருள் பிரகாசம் இருந்தனர், மூவரின் முகவரி, பாஸ்போர்ட் முகவரி, புகைப்படம் என்று அனைத்தும் கிடைத்துவிட்டது. அந்த முகவரிக்கும் சென்று விசாரித்தபோது தெரிந்தது ஒருவர் இப்போது உயிரோடு இல்லை, இன்னும் இருவர் அந்த வீட்டில் இல்லை. அருள் பிரகாசம் பாலி என்ற இடத்தில் வேலை பார்த்த கம்பெனியும் கண்டுபிடித்தாயிற்று அவர்களிடம் விசாரிக்க அருள் பிரகாசம் 1974 முதல் அங்கே வேலை பார்த்ததாகவும் அவர் பத்து வயது மகன் 1986 ஆம் ஆண்டு இறந்ததாகவும் மகன் போன சில நாட்களில் அவர் மனைவியும் இறந்ததாகவும் அதன் பிறகு வேலைக்கு வரவில்லை என்று கூறினர்.

அந்த இரு அருள் பிரகாசம் பாஸ்போர்ட் எண் எடுத்து இந்திய தூதரகத்திற்கு தகவல் கொடுத்தனர். ஒருவர் 2000 ஆண்டு இந்தியா சென்றதாகவும், ஒருவர் 1993 ஆண்டு மலேஷியா சென்றதாகவும் அதன் பிறகு எங்கும் இந்த பாஸ்போர்ட் பற்றிய தகவல் இல்லை என்று வந்தது. புதிய பாஸ்போர்ட் எடுத்திருக்ககூடும் என்று யூகித்தனர்.

திரு ஒரு முடிவுக்கு வந்தான், இந்தியாவிலிருந்து வேலைக்கு இந்தோனேஷியா வந்த ஒருவன் இங்கே பல சிறுவர் கடத்தல் சம்பவங்கள் செய்துவிட்டு மலேஷியா நாட்டிற்கு குடிபெயர்ந்திருக்கான். அப்போ மலேசியாவிலும் இது போல குற்றம் நடந்திருக்க வாய்ப்பு இருக்கு.

இந்தோனேஷியா சின்ன நாடு, இங்கேயே கண்டுபிடிக்க முடியாதவன் மலேஷியா மாதிரி பெரிய நாட்டில் கண்டுபிடிப்பது மிக சிரமமே. மலேஷியாவில் தான் இருப்பான்னு சொல்ல முடியாது அங்கேயும் தப்பு செய்திட்டு வேற நாட்டிற்கு போயிருக்க முடியும். எப்படியாவது அவனை பிடித்து குருவை பற்றி தெரிந்து கொள்ள வேண்டும் என்ற வெறி வந்தது திருவுக்கு.

அன்று இரவு தொலைக்காட்சி செய்திகளில் மலேசியாவில் புத்ரா ஜெயா என்ற இடத்தில் ஒரு சிறுவனை ஓடவிட்டு துப்பாக்கியால் சுட்ட ஒரு வயதான ஆளை பொது மக்களில் ஒருவர் பிடித்து கொடுத்திருக்கிறார், அவர் பெயர் அருள் பிரகாசம் இந்தியாவை சேர்ந்தவர் என்று என்று புகைப்படத்துடன் மலாய் மொழியில் ஓடி கொண்டிருந்தது.

திடுக்கிட்டு எழுந்தான் திரு, அவன் வைத்திருந்த போட்டோவும் இதுவும் சரியாக இருந்தது திரு வைத்திருந்தது இளம் வயது போட்டோ இப்போது கொஞ்சம் வயதான தோற்றம் வேறு மாற்றங்கள் இல்லை. அதே மாதிரி செய்து மாட்டிகொண்டான் என்று புரிந்தது, உடனடியாக அன்று இரவே விமானம் பிடித்து கோலா லம்பூர் சென்று அடைந்தான். அந்த விமான நிலையத்திலிருந்து 30 கிலோமீட்டர் தூரமே புத்ரா ஜெயா இடம்.

அடுத்த நாள் புத்ரா ஜெயா இடத்து காவல் நிலையத்தை நோட்டமிட்டான், எப்படியும் அவனை உயிரோடு பிடித்து விசாரிக்க வேண்டும் என்பது திருவின் எண்ணம். அவன் எதிர்பார்த்தது போலவே அன்று இரவு அருள் பிரகாசத்தை

கைது செய்து வேறு இடத்திற்கு காரில் ஏற்றி சென்றது போலீஸ். அவர்களுக்கு தெரியாமல் பின் தொடர்ந்தான் வாடகை இரு சக்கர வண்டி எடுத்துக்கொண்டு. போலீஸ் கார் ஏதோ தூரமான ஒரு இடத்திற்கு சென்று கொண்டிருந்தது சில மணி நேரத்தில் சாலைகளில் யாருமே இல்லை மெது மெதுவாக காரை பார்த்தபடி பின் தொடர்ந்தான் திரு.

சிறிது நேரத்தில் ஒரு கார் அவனை தாண்டி சீறி பாய்ந்தது, போலீஸ் கார் அருகே சென்றதும் சுட தொடங்கியது, போலீஸ் கார் நிலை குலைந்து போனது, போலீஸ் காரிலிருந்து வேகமாக அந்த காருக்கு தாவினான் அருள் பிரகாசம். கார் வேகமெடுத்து கிளம்பியது. திரு அந்த காரை பின் தொடர ஆரம்பித்தான். அது நேராக ஒரு பஜார் தெருவுக்குள் நுழைந்து ஒரு வீட்டின் முன் நின்றது. கார் உள்ளிருந்து ஒரு வாலிபனும், அருள் பிரகாசமும் இறங்கினர். அந்த வாலிபனும், அருள் பிரகாசமும் மாடிக்கு ஏறினர் அருள் பிரகாசம் சற்று நொண்டி கொண்டே ஏறினார்.

பொறுமையாக காத்திருந்தான் திரு, சிறுது நேரத்தில் அந்த வாலிபன் கீழே இறங்கினான் தனியாக, காரை எடுத்துக்கொண்டு வேகமாக சென்றான். இது தான் சரியான சந்தர்ப்பம் என்று மெதுவாக சத்தமில்லாமல் மேலே ஏறினான். கண்ணாடி ஜன்னல் கதவில் உள்ளே ஒரு ஆள் இருப்பது தெரிந்தது. கண்ணாடியை உடைத்துக்கொண்டு உள்ளே குதித்தான் திரு. இதை சற்றும் எதிர்பார்க்காத அருள் பிரகாசம் திணறினார். திருவை தாக்க முயன்றார் ஆனால் திரு அவனை நன்கு அடித்துவிட்டான், அருள் ப்ரகாசத்தால் நகர முடியவில்லை.

அருள் பிரகாசத்தை குப்புறப்போட்டு தலையில் துப்பாக்கியை வைத்தான், அவன் அலைபேசியில் அவன் பேசுவதை ரெகார்ட் செய்ய தொடங்கினான்.

"சொல்லு உண்மையை, நீ தான் நிறைய பசங்களை கடத்தினதுன்னு தெரியும். நான் இந்தோனேசியாவிலிருந்து

வரேன் என்னையும் இப்படி தான் சின்ன வயசில் துப்பாக்கி முன்னாடி ஓட விட்ட. என் அண்ணன் குருவை கடத்தினதும் நீ தான் எனக்கு தெரியும். உண்மையை சொல்லு".

"ஆமாம் நான் தான் செய்தேன், என் மகனுக்காக" என்று உடனேயே உண்மையை ஒப்புக்கொண்டான் அருள் பிரகாசம்.

" உன் மகன் 1986 வருஷமே செத்துட்டான்னு எனக்கு தெரியும். புது கதை சொல்லாத" என்றான் திரு.

"அவனுக்காக தான் செய்ய ஆரம்பிச்சேன், பத்து வயசில் அவனுக்கு ஒரு சிறு நீரகம் கெட்டு போச்சு, மாற்று சிறுநீரகம் இருந்தால் தான் பிழைக்க முடியும்னு சொன்னாங்க அப்போ கையில் காசு இல்லை என்ன பண்றது தெரியலை, என் மகனுக்காக எது செஞ்சாலும் தப்பில்லைனு தோணிச்சு அதனால என் ஸ்னேஹிதன் மகனை கடத்தி கொலை செய்தேன் அவன் சிறு நீரகத்தை என் மகனுக்கு வெச்சு பிழைக்க வெச்சேன். ஆனால் அவன் ஒரு வருஷம் தான் உயிரோட இருந்தான், அப்புறம் உடம்பு முடியாமல் செத்துட்டான். என் மனைவியும் சில நாளில் செத்துட்டா. வாழ்க்கையே வெறுப்பாக போச்சு தற்கொலை பண்ணிக்கலாம்னு கிளம்பி போனேன் அந்த நேரத்தில் என் பழைய ஸ்னேஹிதன் ஒருத்தன் என் மகனுக்கு சிறு நீரகம் கிடைச்ச மாதிரி எனக்கும் உதவி செய்னு சொன்னான், நிறைய பணம் தரேன்னு சொன்னான். அப்போ அந்த பக்கம் விளையாடிட்டு இருந்த ஒரு பையனை கடத்தி கொலை செய்தேன், காசு கிடைச்சுது இப்படி தான் ஆரம்பம் ஆச்சு" என்று அவன் கடந்த கால கதையை கூறினான் அருள் பிரகாசம்.

" நீ சொல்ற இந்த கொலை நடந்தது 1987 ஆம் வருஷமா??"

"ஆமாம். கையில் இருக்கிற காசு கரையும் வரை ஏதும் செய்யலை. காசு காலி ஆனதும் மனசில் இதே மாதிரி

செய்வோம்னு தோணிச்சு, எல்லா மருத்துவமனையும் போவேன் யாரெல்லாம் ரொம்ப கஷ்டத்தில் இருக்காங்கன்னு தெரிஞ்சிப்பேன் இப்படியே சிலரை விசாரிச்சு சிலரை கடத்தி கொன்னு அவங்களுக்கு உடல் உறுப்பை கொடுத்திருக்கேன். எல்லோருக்கும் என் மகன் இறந்துட்டான்னு சொல்லி தான் செஞ்சேன். ஆனால் உண்மையில் இறந்தது நான் கடத்தின அந்த பசங்க தான். இந்தோனேசியாவில் ஊர் ஊராக சுத்தி பல காசு பார்த்துட்டேன், அப்புறம் மலேஷியா வந்துட்டேன். இங்கேயும் அதே தான். வருஷத்துக்கு ஒரு தடவை தான் செய்வேன் அதிலே நல்ல காசு பார்த்திடுவேன்'' என்றான் அருள் பிரகாசம்.

"நீ பொய் சொல்ற, நீ கொலை செய்த பசங்களும் அதுக்கு பிறகு உடல் உறுப்பை தானமாக கொடுத்தவங்களையும் நான் பார்த்துட்டேன். 1989 வருஷம் அப்படி ஏதும் நடக்கல. அந்த வருஷம் தான் என் அண்ணனை கடத்தின அவன் எங்கே? உண்மையை சொல்லு இல்லைனா கொன்னுடுவேன்'' என்று மிரட்டினான் திரு.

''இல்லை எல்லோருமே செத்துட்டாங்க, கொன்னு எரிச்சிட்டேன் எல்லோரையும்'' என்றான் அருள் பிரகாசம்.

திரு மீண்டும் அவனை ஆத்திரத்தில் அடித்தான், திடீரென்று துப்பாக்கி சத்தம் கேட்டது அவன் கூட்டாளி வந்துவிட்டான், திருவை நோக்கி சுட, அவன் அருள் பிரகாசம் பின்னால் சென்று ஒளிந்தான். ஒரு தோட்டா அருள் பிரகாசம் நெஞ்சுக்கு சற்று மேலே துளைத்தது. அருள் பிரகாசம் கீழே ரத்த வெள்ளத்தில் சாய்ந்தான்.

ஆத்திரமடைந்த திரு அவன் துப்பாக்கியை எடுத்து மூன்று முறை சுட அவன் கூட்டாளி சுருண்டு விழுந்தான் நிச்சயம் உயிர் போயிருக்கும் என்றே நினைத்தான். அருள் ப்ராக்சிசத்திற்கு சற்று உயிர் இருந்தது.

"சொல்லு என் அண்ணன் எங்கே?அவனை என்ன பண்ண''.

“அவன் குரு கல்யாண் குமார் இல்லை டா, குரு அருள் பிரகாசம் என் வளர்ப்பு மகன்” என்று அந்த பக்கம் கை காட்டியபடி இறந்தான்.

திருவுக்கும் பக்கென்று இருந்தது, பயம் தொண்டையை அடைத்தது சுருண்டு விழுந்து கிடந்த அவன் கூட்டாளியை திருப்பி அவன் முகத்தை பார்த்தான்!! இறந்தது அவன் அண்ணன் குரு!!!

குரு குரு என்று கத்தினான், அழுதான்.....

உன்னை கொலை செய்யவா இத்தனை வருஷம் போராடினேன் என்று கதறி அழுதான்.

இவ்வளவு வருஷம் குருவை அவன் அடியாளாக அவன் செய்யும் கடத்தல் தொழிலுக்காக வைத்திருந்தான் என்று புரிந்தது.

பல கடத்தல், கொலை வழக்கில் சம்பந்தப்பட்டதால் குரு இவ்வளவு நாள் உயிரோடு இருந்ததை அவன் பெற்றோரோடமிருந்து மறைத்தான், அவர்களுக்கு அவன் தொலைந்தவனாகவே இருக்கட்டுமென்ற முடிவோடு.

1989 ஆம் ஆண்டு ஆரம்பித்த அந்த ஒரு இரவு சம்பவம் 2004 ஆம் ஆண்டு 15 வருஷம் பிறகு வேறு ஒரு இரவில் முடிந்தது.

இந்த இரவும் திரு வாழ்வில் மறக்க முடியாத இரவாகவே போனது!!

5

மிருகம் பாதி கடவுள் மீதி

முத்துசாமியும் அவர் மகள் அர்ச்சனாவும் கடலூர் பஸ் நிலையம் வந்திறங்கினார்கள், அங்கிருந்து, ‘‘மஞ்சக்குப்பம் போகணும்’’ என்று ஆட்டோவில் ஏறினர்.

ஆட்டோ நேராக மஞ்சக்குப்பம் சென்று நின்றது.

"இங்க யாரை பார்க்கணும் சார்" என்றான் ஆட்டோ டிரைவர்.

இந்த தெருவுக்கு தான் புதுசா குடி வரோம் ஏன்?? என்றார் முத்துசாமி.

‘‘இந்த தெருவுக்கா?? பாத்து சார் வயசு பொண்ணு கூட வந்திருக்கு மோசமான தெரு இங்க ஒருத்தன் இருக்கான் காசின்னு பேரு ரொம்ப அகராதி பிடிச்சவன், அடிச்சிட்டு தான் பேசுவான் சரியான காட்டு மிராண்டி பய மிருக ஜாதி! பார்த்து பத்திரமா இருங்க’’ என்று சொல்லிவிட்டு கிளம்பினான்.

அவர்கள் ஒரு அடி நடந்து அவர்கள் வீட்டை அடைய வேண்டும், பக்கத்தில் ஒரு பெட்டி கடை வெளியே காய்கறியெல்லாம் கொட்டி கிடந்தது, சில சில்லறை காசுகள் சிதறி கிடந்தது, ஒரு சொம்பு வளைந்து கீழே கிடந்தது. பார்த்தவுடனே ஏதோ தகராறு நடந்திருக்கக்கூடும் என்று தெரிந்தது. யாராவது ஆட்கள் தென் படுகிறார்களா என்று பார்த்தால் யாரும் இல்லை.அந்த பெட்டி கடை பக்கத்தில் ஒரு பாதி இடிஞ்ச ஓட்டு வீடு, அதன் ஒரு பக்க திண்ணையில் வாட்டசாட்டமாக ஒருவன் படுத்திருந்தான் கண்ணில் கைக்குட்டை கட்டியபடி.

இவர்கள் செல்ல வேண்டிய வீடு அந்த இடிந்த ஓட்டு வீட்டிற்கு இரண்டு வீடு தள்ளி. முத்துசாமியிடம் சாவி இருந்தது நேராக உள்ளே சென்று பூட்டை திறக்க. மாடியிலிருந்து ஒரு குரல், "யாரு ??" என்று. மாடியிலிருந்து ஒரு இளைஞன் இறங்கி வந்தான், அவர் மகளை பார்த்ததும் சற்று புருவத்தை உயர்த்தியபடி.

"நீங்க தான் முத்துசாமியா. நான் கீர்த்தி வர்மன், மாடியில் இருக்கேன், வீட்டு முதலாளி சொல்லியிருந்தார் நீங்க வருவீங்கன்னு. இந்த நேரத்தில் வருவீங்கன்னு எதிர்பாக்கலை".

"அந்த ரேஷன் ஆபீஸ் வேலை பாக்கிற பையன் நீ தானா. சந்தோஷம். நான் வேலூரிலிருந்து வரேன். இங்கே தாலுகா ஆபீஸ்ல வேலை சேரனும். இது என் பொண்ணு பானுப்ரியா PHD முடிச்சிருக்கா சிதம்பரம் அண்ணாமலை பல்கலை கழகம்ல வேலைக்கு விண்ணப்பம் செய்திருக்கா".

"ஹலோ" என்றான், "சாமான் ஏதும் வரலையா?"

"அது நாளைக்கு லாரியில் வருது" என்று பதிலளித்தாள் அவள்.

கீர்த்தி வர்மன் நெஞ்சுக்குள் ஒரே சந்தோஷம் அவளை பார்த்ததும் இனி எப்படியாவது அவளோடு பேசி பழகிட வேண்டுமென்று முடிவாய் இருந்தான்.

அடுத்த நாள் காலை, பானு அந்த பெட்டி கடைக்கு வந்தாள், பால் வாங்க, கீர்த்திவர்மனும் அங்கே தான் நின்று கொண்டிருந்தான் சோப்பு வாங்க. அந்த கடையை சுற்றும் முற்றும் பார்த்து கொண்டிருந்தாள் பானு.

“என்ன பாக்கறீங்க?” என்றான் கீர்த்தி வர்மன்.

“நேத்து கடையே அலங்கோலமா இருந்துச்சு ஆள் கூட இல்லை, இப்போ எல்லாம் அடுக்கி இருக்கேனு பார்த்தேன்” என்று கடையை சுற்றி பார்த்தபடியே பேசினாள் பானு.

“அது அந்த காசியோட வேலை. அவனால இங்கே இருக்கிற எல்லோருக்குமே பிரச்சனை தான். முரட்டு பய. மிரட்டியே எல்லாத்தையும் வாங்கிடுவான், கொடுக்கலைன்னா அடி தான். நேத்து இங்கே சோடா கேட்டான் கொடுக்கலை அதான் எல்லாத்தையும் உடைச்சிட்டான். இது இங்கே அடிக்கடி நடக்கும்” என்று காசியை பற்றி கூறினான் கீர்த்தி வர்மன்.

அவன் பேசி முடிக்க காசி தூக்க கலக்கத்துடன் அந்த கடைக்கு வந்தான். அவனை பார்த்ததும் பயந்தபடி கீர்த்திவர்மன் கிளம்பிவிட்டான்.

“ஒரு பீடி, ஒரு ரொட்டி பாக்கெட் கொடு” என்று அதிகாரமாய் கேட்டான் காசி.

கடைக்காரன் எடுத்து கொடுத்தான். வாங்கி கொண்டு அவன் கிளம்ப, இதை அருகில் பார்த்துக்கொண்டிருந்த பானு.

“காசு கொடுங்க”.

வெடுக்கென்று திரும்பியவன் பானுவை ஏற இறங்க பார்த்தான்.

“யோவ் யாருய்யா இது காசு கேக்குது என் கிட்ட. ஆள் வெச்சா அடிச்சிடறேன்னு பொண்ணை வெச்சி பேச விடறியா” என்று மிரட்டினான்.

கடைக்காரன் ஒன்றும் விளங்காமல் பானுவை அமைதியாக இருக்குமாறு சைகையில் காட்டினான்.

“அவரே கஷ்ட படறாரே, காசு கூட கொடுக்காமல் வாங்கினா அவருக்கு தானே கஷ்டம். அதான் கேட்டேன். சரி இன்னிக்கு நான் காசு கொடுக்கறேன் என் காசில் சாப்பிடுங்க. அடுத்த முறை காசு கொடுத்துட்டு பொருள் வாங்கிட்டு போங்க” என்று அவனுக்கும் சேர்த்து காசை நீட்டினாள் பானு.

“பாரு டா ஜீன்ஸ் போட்ட அவ்வையாரு. என்ன பிச்சை போடறியா” நக்கலடித்தான் காசி.

“இல்லை தானமா கொடுக்கறேன், இரண்டுக்கும் வித்யாசம் இருக்கு”.

பானு பால் பாக்கெட் வாங்கிவிட்டு கிளம்பிவிட்டாள், அவளையே வெச்ச கண்ணு வாங்காமல் பார்த்து கொண்டிருந்தான் காசி.

இதையெல்லாம் அவன் வீட்டு மாடியிலிருந்து பார்த்து கொண்டிருந்தான் கீர்த்தி வர்மன்.அவள் வீட்டிற்கு வந்ததும்....

“அவன்கிட்ட என்னங்க பேசறீங்க. சரியான முரடன், இந்த ஊரு அரசியவாதியின் அடியாள், அவனோட பேசினால் உங்களுக்கு தான் ஆபத்து” என்று பதட்டமாக கூறினான் கீர்த்தி வர்மன்.

"நான் யார் கூட பேசணும் பேச கூடாதுன்னு எனக்கு தெரியும் , நீங்க உங்க வேலையை பாருங்க".

வெடுக்கென்று உள்ளே சென்றாள் பானு.அவள் பேசுவதை ஜன்னல் வழியே பார்த்துக்கொண்டிருந்தார் முத்துசாமி.

உள்ளே வந்ததும்....

"என்னம்மா மாடி வீட்டு பையன் கூட சண்டை".

"நான் யார் கூட பேசணும், யார் கூட பேச கூடாதுன்னு சொல்றதுக்கு இவன் யாரு?".

"அது சரி, உன்னை சைகாலஜி படிக்க வெச்சது என் தப்பு, ஊர்ல இருபவனையெல்லாம் திருத்தரேன்னு கிளம்பிட்ட".

"அப்பா என் ப்ராஜெக்ட் வேலை முடிச்சிட்டு இப்படி ஒரு கரடு முரடான ஆளை தான் சந்திக்கணும்னு நினைச்சேன், அவங்க வாழ்க்கையில் நடந்த விஷயங்களை தெரிஞ்சுக்கிட்டு அவங்களை நல்ல நிலைமைக்கு மாத்த முடியும்னு நான் நம்பறேன். அதுக்கு தான் நான் சைகாலஜி படிச்சேன்".

"நீ சொன்னால் கேட்கமாட்ட, இருந்தாலும் ஜாக்கிரதையாக இரு. அவனை பற்றி ஏற்கனவே வீட்டு முதலாளி சொல்லிட்டாரு. அது அவன் சொந்த வீடு தான் பத்தாவது வரைக்கும் படிச்சிருக்கான், ஒரு விபத்தில் அவங்க அப்பா, அம்மா இறந்துட்டாங்க அப்புறம் யாரும் இவனை சேர்த்துக்கலை. சாப்பாட்டுக்கு கூட யாரும் உதவி பண்ணலை.பசி தான் இவனை ரவுடி ஆக்கிச்சுன்னு சொல்லலாம், அவனோட சேர்ந்தவங்கயெல்லாம் அவனை மாதிரி பொருக்கி பசங்க. அதான் அவன் இப்படி ஆனான் மத்தவங்களை விட இவன் பலமா இருந்ததுனால இவனை ஒரு அரசியல்வாதி வேலைக்கு சேர்த்துக்கிட்டான். அடிதடி, கட்ட பஞ்சாயத்து இதான் இவன் தொழில்னு ஆச்சு. அதுக்கு

காசை கொஞ்சமாக காட்டி விடுவான் அந்த அரசியல்வாதி. காசு இருக்கும் வரை இந்த தெரு மக்களை தொல்லை செய்ய மாட்டான் ஆனால் வாய் தகராறு நிறைய நடக்குமாம். காசு இல்லாத அப்போ பசிச்சா ஏதும் கிடைக்கலைனா மிருகமா மாறிடுவான். நேத்து தான் நாம பார்த்தோமே அந்த கடை லட்சணத்தை".

"நீங்க சொல்றதை பார்த்தால் அவன் மேலே ஏதும் எனக்கு தப்பு தெரியலையே" இந்த சமூகத்து மேலே தான் தப்பிருக்கு.

" போச்சு டா இதுக்கு தான் உன்கிட்ட சொல்ல வேண்டாம்னு நினைச்சேன். எல்லோரும் ஒருத்தனை பற்றி நினைக்கிற விஷயம், நீ மட்டும் வேற கோணத்தில் பாக்குற. எனக்கு ரொம்ப பயமா இருக்கு இப்போ. உன்னை இன்னொருத்தன் கையில் பிடிச்சு கொடுக்கும் வரை இதெல்லாம் நமக்கு வேண்டாமே. இந்த வீட்டு முதலாளியோடு ஸ்னேஹிதன் பையன் தான் மாடியில் குடியிருக்கும் கீர்த்தி வர்மன். ரொம்ப தங்கமான பையனாம் அரசாங்க உத்யோகம் வேற, உங்க பொண்ணுக்கு சரின்னா சொல்லுங்க பேசி பாக்கறேன்னும் சொல்லியிருக்காரு. நீ தான் சொல்லணும்".
"ஐயோ அப்பா எப்போ பார்த்தாலும் கல்யாணம் பேச்சு தானா?".

"இளங்கலை பட்டம் முடிச்ச உடனே பண்ணிருக்கணும், உங்க அம்மா தான் பிடிவாதமா முதுகலை பட்டம் முடிக்கட்டும்னு சொன்னா. சொல்லிட்டு அவள் போய் சேர்ந்துட்டாள் இங்கே நான் தானே வயிற்றில் நெருப்பை கட்டிக்கிட்டு அலையறேன். அவள் போன பிறகு ஒரு வருஷம் ஏதும் கல்யாணம் வேண்டாம்னு தான் PHD படிக்க சரி சொன்னேன். வயசு ஏறிட்டே போகுது இதுக்கு மேல பொறுக்க முடியாது, வேலை கிடைச்சதும் கல்யாணம் தான். கீர்த்திவர்மன் வீட்டில் பேச போறேன்".

“நீங்க யார் கூட வேணாலும் பேசுங்க நான் சரி சொன்னால் தான் கல்யாணம்”.

பானு தீர்மானமாய் சொல்லிவிட்டு அறைக்கு செல்ல, அவருக்கு அலைபேசியில் அழைப்பு வந்தது, லாரி பழுதாகிருச்சு நாளைக்கு காலை தான் வர முடியும் சாமான்களோடு என்று. முத்துசாமியோ சற்று சோர்வாக இருந்தார்.

“என்னாச்சு லாரி தாமதமாக வரும் அவ்ளோ தானே”.

“நாளைக்கு கலெக்டர் ஆபீஸ் வரார் நான் கண்டிப்பாக ஆபீஸ் போகணும், முதல் முறை சந்திப்பு வேற”.

“ அதெல்லாம் நான் பார்த்துக்கிறேன், இறக்கி வெச்சிட்டு காசு கொடுத்தா போகுது, நீங்க வருவதற்குள் நான் அடுக்கியே முடிச்சிருவேன்” என்றாள் பானு.

“ஒரு ஆண் துணை வேணுமே நீ மட்டும் எப்படி தனியா.....நான் கீர்த்தி வர்மனிடம் பேசவா”.

“அடடா அதெல்லாம் நான் பார்த்துகிறேன் நீங்க கவலைப்படாமல் இருங்க.

அடுத்த நாள் முத்துசாமி அலுவலகம் சென்ற பிறகு ஒரு மணி நேரம் கழித்து லாரி வந்தது. லாரியில் இரண்டே ஆட்கள் தான் வந்தனர். சின்ன சாமான்கள் மொத்தமும் அவர்களே இறக்கி வைத்து விட்டனர். ஒரு கட்டில், ஒரு பீரோ.ஒரு குளிர் சாதன பெட்டி இதை தூக்க முடியவில்லை. உதவிக்கு ஆள் இருப்பாங்களா என்று கேட்டனர்.

பானு நேராக பெட்டி கடை பக்கம் போனாள் அங்கே கையில் கோலி வைத்து தனியாக விளையாடி கொண்டிருந்தான் காசி.

“ஏங்க....”

அவன் திரும்பி கூட பார்க்கவில்லை.....

"காசி சார்...."

"காசி சார் அட அட என்னை முதலில் சார் போட்டு கூப்பிட்டதே நீ தான் அவ்வையாரே!!"

"என்னையும் அவ்வையாருன்னு கூப்பிட்டது நீ தான் முதலில். ஒரு உதவி வேணும்."

" என்ன உதவி சாமான் இறக்கின பசங்க பிரச்சனை பண்றாங்களா தட்டணுமா, தூக்கணுமா காசு கிடைக்குமா?"

"தூக்கணும் தான் அவங்களை இல்லை கட்டில், பீரோவை".

அவளை ஏறஇறங்க பார்த்துவிட்டு.....

"நான் யார் தெரியுமா? எவ்ளோ பெரிய ரவுடி தெரியுமா என்னை சாமான் தூக்க சொல்ற நீ".

"நீ ரௌடின்னு ஊருக்கு தெரியும், எனக்கு தெரியாதே சாமானை தூக்க முடியல, நீ ஆளை தூக்க போறியா. இதை செய் நீ ரௌடினு நம்பறேன்" என்று நக்கலடித்தாள் பானு.

"அடிப்பாவி, சரி ஒரு வேலை சாப்பாடு வாங்கி கொடுத்திருக்க அதுக்காக வரேன்".

ஒரே ஆளாக குளிசாதன பெட்டி, பீரோவை தூக்கி உள்ளே வைத்தான். லாரி கிளம்பியது.

அந்த தெரு மக்கள் எல்லோரும் ஏதோ புதிதாக நடப்பதை பார்த்து புலம்பி கொண்டு சென்றிருந்தார்கள்.

பானு 200 ருபாய் நீட்டினாள். அதை பெருமையோடு பெற்று

கொண்டான்.

"சாப்பாடு சமைச்சு தரேன். சாப்பிட்டு போ" என்றாள் பானு.

"இங்கே உள்ளே சாப்பிட்டால் என் கௌரவம் என்ன ஆகிறது, என் இடத்துக்கு அனுப்புங்க. இருந்தாலும் சந்தோஷமாக இருக்கு 200 ருபாய் சொந்தமாக உழைச்சு வாங்கினது. ஆள் அடிச்சு காசு வாங்கினபோது கூட இவ்ளோ சந்தோஷம் வரலை, இது புதுசா இருக்கு. வேற ஏதாவது வேலை இருந்தா சொல்லுங்க எப்போவாது செய்யறேன்".

பானு அவனை பார்த்து ஆச்சிர்யமானாள். ஊரே பயந்த ஒருவன் நம்மளோடு நல்லா தானே பேசறான். பார்க்க தான் பலாப்பழம் மாதிரி வெளியே கரடு முரடாக இருக்கான் உள்ளே இனிப்பானவன் தான் என்று முடிவு செய்தாள்.

அவள் சமையல் வேலையை முடித்துவிட்டு அவனுக்கும் எடுத்து கொண்டு கொடுத்துவிட்டு வந்தாள்.

மாலை ஆனது முத்துசாமி வீட்டிற்கு வந்தார், வீடு மொத்தமும் அடுக்கி வைத்து பெருக்கி சுத்தமாக இருந்தது.

"அட பரவாயில்லையே சொன்னதை செஞ்சிட்ட. உங்க அம்மாவை விட நீ திறமைசாலி தான்".

காசி வீட்டு வாசல் வந்து நின்றான் கதவை தட்டியபடி. முத்துசாமி அதிர்ச்சியாக பார்த்தார்.....

"இந்தாங்க தட்டு, கழுவிட்டேன், இது மாதிரி ஒரு சுவையான சாப்பாடு சாப்பிட்டு ரொம்ப வருஷம் ஆச்சு எங்க அம்மா ஞாபகம் வர வெச்சிடீங்க நன்றி" என்று கை கூப்பி வணக்கம் சொல்லிவிட்டு சென்றான் காசி புன்னகையுடன்.

"என்னமா நடக்குது இந்த காட்டுமிராண்டியை வைத்தா வேலை வாங்குன?".

"சாமான் தூக்க ஆள் இல்லை இவன் தான் பெரிய சாமானை ஒரு ஆளாக தூக்கினான், அதான் கூலி கொடுத்தேன் சாப்பாடு கொடுத்தேன் அவ்ளோ தான் உடனே நீங்க எந்த கற்பனையும் பண்ண வேணாம். அவன் கெட்டவன் மாதிரி எனக்கு தெரியல, பாத்தீங்க இல்லையா எப்படி பேசினான்னு".

முத்துசாமி தலையில் கை வைத்து அமர்ந்தார், கடவுளே இது எங்க போய் முடிய போகுதோ என்று!!

ஒரு வாரத்தில் பானுவிற்கு சிதம்பரம் பல்கலை கழகத்தில் சைக்கோலஜி பேராசிரியர் வேலை கிடைத்தது. அவள் வீட்டிலிருந்து 46 கிலோ மீட்டர், தினமும் பஸ் ஏறி சென்று வருவாள், அவள் போகும்போதும், வரும்போதும் அவளை பார்த்தபடியே இருப்பான் காசி.

ஒரு நாள் மிக கோவமாக வீட்டிற்கு வந்தாள் பானு....

"என்னம்மா என்னாச்சு?" என்றார் முத்துசாமி

"இந்த பஸ்சில் போயிட்டு வருவது ரொம்ப கஷ்டமா இருக்கு, ரொம்ப கூட்டம், நேரமும் ஆகுது , கூட்டத்தில் மேலயே விழறாங்க இன்னிக்கு ஒருத்தனை அடிச்சிட்டேன். ரொம்ப அசிங்கமா பேசினான் இடிச்சிட்டு".

"அட நீ ஏன் மா இதெல்லாம் பண்ற, நமக்கு எதுக்கு ஊர் வம்பு?. சரி நாளைக்கு வேணும்னா காசியை கூட கூட்டிட்டு போ எவனும் கிட்ட வரமாட்டான், உன்கிட்ட தான் அவன் நல்லா பேசறானே".

"ஒருத்தன் ரௌடியா இருந்தால் அப்படியே தான் இருக்கணுமா. என்னை பார்த்துக்க எனக்கு தெரியும் எனக்கு யாரும் அடியாள் தேவையில்லை" என்று பொரிந்து தள்ளினாள்.

"சரி நம்ம அத்தை தான் பிள்ளையை பார்க்க சிங்கப்பூர்

போறாளே அவள் கார் சும்மா தானே இருக்கு அதை அனுப்ப சொல்றேன், நீயே ஓட்டிட்டு போ உனக்கு தான் கார் ஓட்ட தெரியுமே நேரத்துக்கு வீட்டிற்கு வரலாம் இல்லையா".

"இப்போ சொன்னீங்களே இது நல்ல விஷயம். ஏற்பாடு பண்ணுங்க".

இரண்டு நாளில் கார் வந்தது அதில் பயணம் செல்ல தொடங்கினாள், மூன்றாவது நாள் கிளம்பும் வேளையில் சமைக்கும்போது பருப்பு தண்ணி சூடாக காலில் கொட்டியது, வலி ஒன்றும் பெருசாக இல்லை, சற்று தாங்கி தாங்கி நடக்கவேண்டும் என்பது போல இருந்தது. இன்று பரீட்சை வேறு சீக்கிரம் போகணும் என்ன பண்ணலாம்னு யோசிக்கையில்..... நேராக காசியிடம் சென்றாள்.

"காசி ஒரு உதவி".

"சொல்லுங்க அவ்வையாரே".

"என் பேரு பானு, அப்படியே சொல்லலாம்".

"எனக்கு நீங்க அவ்வையாறு தான், என்ன வேணும் சொல்லுங்க".

"கார் ஓட்ட தெரியுமா, சிதம்பரம் வரை போகணும் திரும்ப மாலை 6 மணிக்கு வரணும்".

"வாங்க போவோம்".

காசி கிளம்புவதை பார்த்து அங்கிருக்கும் தெரு மக்கள் "இவனை போயி கூட்டிட்டு போறியேமா ஏதாவது நடக்ககூடாதது நடந்தால் யார் பொறுப்பு" என்றனர்.

"இவரை ரவுடி ஆக்கினதே இந்த தெரு மக்கள் நீங்க தான், அவர் பசின்னு வரும்போது சாப்பாடு போட்டிருந்தால் இவர் இப்படி ஆகியிருக்க மாட்டாரே, நீங்களே

ஒருத்தனை கெடுத்துட்டு என்னை பாதுகாப்பாக போக சொல்றீங்களே, போங்க வேலையை பார்த்திட்டு".

இதை சற்றும் எதிர்பாக்காத காசி, பானுவை பார்த்தபடியே நின்றான் அவன் கண்கள் கலங்கி விட்டது. கொஞ்ச நேரம் எதுவுமே புரியவில்லை அவனுக்கு, பேசாமல் வந்தான்.

"என்ன யோசனை?" என்றாள் பானு.

"எப்படி இப்படி ஒரு பதிலை சொன்னீங்க அவங்களுக்கு".

" உண்மையை தானே சொன்னேன்".

"உண்மை தான். உண்மை தான் அன்னிக்கு இவங்க யாராவது உதவி செய்திருந்தால் நான் இப்படி ஆகியிருக்க மாட்டேன். சொந்தம் இல்லாதவன் எதிர்பார்ப்பது எல்லாமே கொஞ்சம் அன்பு, அக்கறை மட்டும் தானே அது கிடைத்தாலே என்னவேனாலும் செய்யலாம்" என்று கண்கலங்கியபடி பேசினான் காசி.

"அடேங்கப்பா உங்களுக்கு இப்படி பேச கூட வருமா".

"நான் பத்தாவது வரைக்கும் படிச்சிருக்கேன், என் பத்தாவது மார்க் என்ன தெரியுமா? 88%"

"அடேங்கப்பா அப்படியா. இப்படி நல்லா படிச்சவனா இப்படி ஆனது".

"ஆமாம், தமிழ் தான் எனக்கு ரொம்ப பிடிக்கும், தமிழில் 92 மார்க் பத்தாவதில். தமிழ் நல்லாவே படிக்க தெரியும்".

"அப்புறம் என்ன இப்போ கூட படிக்கலாமே".

"இப்போவா, இப்போ எப்படி".

“வழி இருக்கு, குறிப்பிட்ட வயசு தாண்டிட்டா நேராக இளநிலை பட்டம் வகுப்பு படிக்கலாம், நான் உதவி செய்யுறேன், காசு பற்றி கவலை பட வேண்டாம். இனிமேல் எனக்கு நீங்க தான் டிரைவர், மாசம் 2500 சம்பளம். BA தமிழ் விண்ணப்பம் நான் வாங்கி தரேன் படிங்க”.

கார் ஒவ்வோர் கியர் தாண்டி செல்ல தொடங்கியது அவர்களின் உறவு போல.

அன்று முதல் அவளிடம் இருந்த பல புத்தகங்களை கொடுத்து படிக்க சொல்வாள்.

கையில் கட்டையுடன் பார்த்த காசியை புத்தகத்துடன் பார்க்கவே அந்த தெரு மக்கள் ஆச்சிர்யப்பட்டனர், பானு சொன்னபடி BA தமிழ் படிக்க விண்ணப்பம் தந்தாள். காசி படிக்க தொடங்கினான், அவன் வீட்டை சீர் செய்ய தொடங்கினான். அந்த இடிஞ்ச ஓட்டு வீடு அழகான வீடாய் மாறியது.

ஒரு வருடம் ஓடி விட்டது, காசி மற்றும் பானுவின் தமிழ் பேச்சுகளும் தினமும் அதிகமாகி கொண்டே போனது. முத்துசாமி இதற்கு மேல் பொறுமை காக்க முடியாது என்று கீர்த்தி வர்மன் வீட்டில் பேசி சம்மதம் வாங்கினார், பானுவும் சம்மதித்தாள். அவர்கள் வீட்டு மாடியில் நிச்சயதார்த்தம் நடக்க ஏற்பாடு செய்தனர்.

அவர்கள் நிச்சயதார்த்தம் நன்றாக நடந்தது. காசி பாலகுமாரனின் உடையார் புத்தகத்தை பரிசாக கொடுக்க எடுத்து வந்தான். அவனை பார்த்ததும் கீர்த்தி வர்மன் முகம் சுளிக்க ஆரம்பித்தான். அவன் புத்தகத்தை தர அதை வாங்கி கீழே எறிந்தான்.

“ஒரு டிரைவர் என் முன்னாடி வந்து பரிசு கொடுக்கிறது எனக்கு பிடிக்கலை. நீ இனிமேல் பானுவை பார்ப்பதே எனக்கு பிடிக்கலை, வெளிய போ” என்று கத்தினான் கீர்த்தி வர்மன்.

இதை கேட்டதும் பானு அதிர்ச்சியானாள், வந்த சொந்தங்கள் சிலரும் கீத்திவர்மன் பெற்றோரும் காசி ஒரு ரவுடி மிருகம் அவனெல்லாம் நமக்கு தேவையே இல்லை என்று அதட்டினர்.

“நிறுத்துங்க!! யார் ரவுடி காசியா இல்லை நீங்களா?? கீர்த்திவர்மன் அப்பாவை பார்த்து, காசி அப்பாவும் நீங்களும் நண்பர்களா தானே இருந்தீங்க அவர் செத்துப்போன பிறகு உங்க கிட்ட தானே முதலில் உதவி கேட்டார் அப்போ நீங்க செய்திருந்தால் அவர் ரவுடி ஆகியிருக்கமாட்டார். உங்க மகனை கல்யாணம் செய்ய பேசி இருக்காங்கன்னு அவர்கிட்ட சொன்னபோதும் அவர் ரொம்ப நல்லவர்ன்னு நீங்க கொடுத்து வெச்சானவங்கன்னு சொன்னாரு, நீங்க செய்யாத உதவியும் மறந்து. நீங்க எல்லோரும் சேர்ந்து தப்பு செய்திட்டு இவரை குறை சொல்றீங்களா. இவ்வளவு நாள் காசியை பார்த்தாலே பயந்து பத்தடி போன ஆளுங்க இப்போ படிச்சிட்டு இருக்கானு தெரிஞ்சதும் ஏறி மிதிக்க பாக்கறீங்க. இவர் எனக்கு டிரைவர் ஆக தான் வேலை செய்யுவார், அது பிடிக்கலைன்னா கிளம்புங்க எனக்கு கல்யாணமே வேண்டாம்”.

பானு கறாராக பேச மொத்த கூட்டமும் கலைந்தது, முத்துசாமி இடிந்து போனார், சில மாதங்கள் கடந்தது முத்துசாமி உடல் நலிவுற்று காலமானார், அவருக்கு கடைசி மரியாதை செய்ய கூட யாருமே வரவில்லை. காசி மட்டுமே நின்று அனைத்தையும் செய்து கொல்லியும் வைத்தான்.

சக மனிதனை மனிதனாக பார்க்காமல் ஒரு சிறு உதவி கூட செய்யாத இவர்கள் மனிதர்களாவும் காசியை மிருகமாகவும் பார்ப்பதை அவள் வெறுத்தாள். இனி இந்த ஊரே வேண்டாமென்று சிதம்பரத்தில் ஒரு வீடு எடுத்து தங்கலானாள்.

காசி பானுவின் பாதுகாவலனாகவே வாழ்க்கையை ஓட்ட

தொடங்கினான், வருடங்கள் ஓடியது இப்போது காசி முதுகலை பட்டம் பெற்று, தமிழ் ஆராய்ச்சி செய்து கொண்டிருக்கிறான்,பலருக்கு தன் சொந்த செலவில் படிக்க வைக்கிறான். அதே சிதம்பரம் அண்ணாமலை பல்கலை கழகத்தில் தமிழ் பேராசிரியராய் வேலையில் இருக்கிறான்.

காசியை நன்கு புரிந்த பானு அவனையே திருமணம் செய்து கொண்டாள் இப்போது அவர்களுக்கு ஒரு பெண் குழந்தையும் உள்ளது.

ஒரு மனிதனை மிருகம் ஆக்குவதும் கடவுள் ஆக்குவதும் அவர்களின் நல்வளர்ப்பு மட்டுமே! இந்த சமுதாயம் அதை சரியாக செய்தால் போதும்!!

6

பயணங்கள் முடிவதில்லை

அன்று இரவு மணி 11 மாலதி, அவள் கணவன் கஜேந்திரன் நன்கு உறங்கி கொண்டிருந்தனர். கஜேந்திரன் பொது பணி துறையில் முக்கிய பொறுப்பில் வேலை செய்பவர் இன்னும் மூன்று மாதத்தில் ஒய்வு பெறுகிறார். மாலதி இல்லத்தரசி.

அந்த நேரத்தில் அவரின் அலைபேசி அழைத்து, யாரது இந்த நேரத்தில் என்று தூக்க கலக்கத்தில் எழுந்தார் கஜேந்திரன். அழைத்தது அவர் மகன் சுரேஷ் அமெரிக்காவிலிருந்து.

கஜேந்திரன்: *என்னப்பா எப்படி இருக்க. என்ன இந்த நேரத்தில்?.*

சுரேஷ்: *அப்பா ஒரு அவசர விஷயம், அம்மா இருக்காங்களா?*

கஜேந்திரன்: *தூங்கிட்டு இருக்காளே.*

சுரேஷ்: எழுப்புங்க நான் வீடியோ கால் பண்றேன்.

கஜேந்திரன் மாலதியை எழுப்பினார். சுரேஷ் வீடியோவில் வந்தான் .

சுரேஷ்: அம்மா, அப்பா கௌரிக்கு பிரசவ வலி வந்திருச்சு.

மாலதி: அடடே அப்படியா, என்ன அதுக்குள்ள வந்திருச்சு, இன்னும் நாள் இருக்கே பிரசவத்துக்கு பத்திரமாக பார்த்துக்கோ.

கஜேந்திரன்: நாளைக்கு தானே சம்பந்தி அம்மா அமெரிக்கா வரா.

சுரேஷ்: நாளைக்கு அவங்க வரலை, அதுக்கு தான் உங்களை கூப்பிட்டதே. இப்போ கொஞ்சம் நேரம் முன்னாடி தான் போன் பண்ணாங்க மாமா, மாமிக்கு நெஞ்சு வலி வந்திருச்சாம் ஹாஸ்பிடல்ல சேர்த்திருக்காங்க.

மாலதி: அட பாவமே, இப்போ என்னடா பண்ண போற. பிரணவ் குட்டி, சின்ன பையனாச்சே, அவனை வெச்சிண்டு நீ எப்படி அவளையும் பார்த்துப்ப.

சுரேஷ்: அது தான் யோசிச்சேன், உங்க இரண்டு பேருக்கும் ஆறு மாசம் பிறகு இங்கே வர விசா எடுத்தாச்சு. அதனால நீங்க தான் கிளம்பி வரணும்.

கஜேந்திரன்: அடேய் இப்போ உடனே முடியாதே ஆபீஸ் வேலை இருக்கு, ரிடைர் ஆகிற நேரம், எல்லா வேலையும் முடிச்சி கொடுத்திட்டு தான் வரணும்.

சுரேஷ்: தெரியுமபா. அம்மாவை மட்டும் தனியாக அனுப்புங்க.

கஜேந்திரன்: உங்க அம்மாக்கு ஒன்னும் தெரியாதே தனியாக போக. நம்ம ஊருக்குள்ள போயிடுவா, வெளிநாடு எப்படி

தனியா?.

மாலதி: தனியாக போறவங்க யாராவது போறவங்க இருந்தா சொல்லேன். அவங்க கூட வரேன்.

சுரேஷ்: அதுக்கு நேரமில்லை, இது மாதிரி ஆகும்னு நினைக்கலை. என் மாமியார் வந்திடுவான்னு தைரியமாக இருந்தேன் இப்போ வரலை. நான் யாராவது அமெரிக்கா வரவங்க இருக்காங்களான்னு பார்க்கிறேன். இல்லைனா தனியா வரலாம் ஒன்னும் ஆகாது, நான் சொல்லி தரேன் என்ன பண்ணனும்னு.

மாலதி: என்னடா திடிர்னு சொல்ற நான் எதுமே எடுத்து வைக்கலையே.

சுரேஷ்: அவசரம் என்ன பண்றது, நாளைக்கு ராத்திரியே நீ கிளம்பனும். நான் டிக்கெட் ஏற்பாடு செய்திட்டு கூப்பிடறேன்.எல்லாத்தையும் எடுத்து வெச்சிக்கோ.

பேசிவிட்டு அழைப்பை துண்டித்தான் சுரேஷ்.

கஜேந்திரன்: தனியா போயிடுவியா. நான் கண்டிப்பாக வரமுடியாத சூழ்நிலை ஆச்சே.

மாலதி: வேறு வழி இல்லை மருமகளை பார்த்துக்கணும், பேரனை பார்க்கணும். நான் போனால் தான் நல்லது. சரி பெட்டியை இறக்குங்க. எல்லாத்தையும் எடுத்து வைக்கிறேன். கொஞ்சம் முன்னாடி சொல்லியிருந்தால் மிளகாய் பொடி, பருப்பு பொடி எல்லாம் அரைச்சிருப்பேன் அவனுக்கு.

கஜேந்திரன்:அதெல்லாம் நான் நாளைக்கு வாங்கி தரேன். டிக்கெட் எப்போன்னு சொல்லட்டும்.

அடுத்த நாள் காலை சுரேஷ் மீண்டும் அழைத்தான்.

சுரேஷ்: அம்மாக்கு டிக்கெட் போட்டாச்சு நாளைக்கு 02 செப்டம்பர் 2017 காலை 3.40 மணிக்கு விமானம் கிளம்பும். கத்தார் ஏர்வேஸ் விமானம். நாலு மணி நேரம் முன்னாடியே நீங்க ஏர்போர்ட் போகணும்.

மாலதி: சரி

சுரேஷ்: என் நண்பன் மூலம் அங்கே உள்ளே எல்லா ஏற்படும் நான் செஞ்சு தரேன். நீங்க நேராக அவன்கிட்ட பெட்டியையும், பாஸ்போர்ட், டிக்கெட் கொடுங்க, அவனே உங்களுக்கு போர்டிங் பாஸ் வாங்கி தந்திருவான். கூட்டத்தில் நிக்க வேண்டாம். அடுத்து குடியேற்றம் டேபிள் (Immigration) அங்கே பாஸ்போர்ட் கொடுங்க அவங்க விசாவை சரி பார்ப்பாங்க, என்ன விஷயமாக அமெரிக்கா போறீங்கன்னு கேட்பாங்க. நீங்க பிள்ளை இருக்கான், பேரனை பார்க்க போறேன்னு சொன்னாலே போதும், என் வீட்டு முகவரி, போன் ஒரு பேப்பரில் எழுதி வெச்சுக்கோங்க, அதை கேட்டால் கொடுங்க போதும்.

அந்த போர்டிங் பாஸ் உள்ளே கேட் நம்பர் ஒன்னு இருக்கும் அந்த கேட் எங்கேன்னு கேட்டு போங்க. விமானத்திற்கு போயிடலாம். முதல் நாலு மணி நேரம் சென்னையிலிருந்து கத்தார் நாட்டில் தோஹா ஊருக்கு போகும். அங்கே இறங்கணும் இங்கே தான் ரொம்ப முக்கியம், தோஹா ஏர்போர்ட் உள்ளே போகும்போதே ஆளுங்க இருப்பாங்க அமெரிக்கா போறவங்க இந்த கேட் போங்கன்னு சொல்லுவாங்க அங்கே மட்டும் உங்களுக்கு தெரிஞ்ச ஆங்கிலத்தில் பேசி அந்த கேட் போயிடுங்க இல்லைனா கூட வர தமிழ் பயணி யாரையாவது உதவி கேளுங்க போதும். தோஹா ஏர்போர்ட்டில் விமானம் ஏறினால் அங்கிருந்து பதினெட்டு மணி நேரம் பயணம் செய்யணும் நேராக ஹூஸ்டன் வந்து இறங்கிடும். இங்கே நான் வந்திடுவேன்.

மாலதி: அட ராமா, ஊருக்கு வருவதையே ஒரு கதை மாதிரி

சொல்ற, எப்படி தனியாக சமாளிக்க போறேனோ. ஆண்டவன் மேல பாரத்தை போட்டு கிளம்பறேன்.

சுரேஷ்: அதெல்லாம் ஒன்னும் ஆகாது, கையில் போன் இருக்கட்டும், சார்ஜ் போட்டு வைங்க. கத்தார் வந்ததும் நானே கூப்பிடறேன், உங்களுக்கு பேச முடியாது. அமெரிக்கா இறங்கினதும் நானே கூப்பிடறேன் என்ன பண்ணனும் சொல்றேன்.

பெட்டி அனைத்தும் தயார் ஆகிவிட்டது, கஜேந்திரன் தேவையான பொருள் அனைத்தையும் வாங்கி வந்துவிட்டார்.

கஜேந்திரன்: உனக்கு எடை கம்மியாக தான் பெட்டி. நான் அமெரிக்கா வரும்போது நிறைய எடுத்திட்டு வரேன். தனியாக போகும்போது இந்த சிரமம் வேண்டாம். எடை அதிகமாக இருந்தால் சிலதை எடுக்க சொல்லுவான், உனக்கு அது வீண் சிரமம்.

மாலதி: சரி. நான் பார்த்துக்கிறேன். நீங்க என்ன பண்ண போறேள் சமையலுக்கு.

கஜேந்திரன்: எனக்கென்ன நானே சமைச்சுப்பேன், இல்லைனா ஏகப்பட்ட ஆள் இருக்கா சமைச்சு கொடுக்க. நீ ஏன் கவலை படர.

மாலதி: நான் உங்க அக்காகிட்ட சொல்லியாச்சு அவளே சாப்பாடு அனுப்புவா. வீட்டை மட்டும் சுத்தமாக வெச்சுக்கோங்க. நான் இல்லைனு ரொம்ப சந்தோசஷமாக ஆட்டம் போட வேணாம்.

கஜேந்திரன்: அது சரி, நீ ஊருக்கு போறதே சந்தோஷம் தான். எனக்கு இன்னும் இளமை ஊஞ்சலாடுது, நான் ஆடிக்கிறேன். நீ கிளம்பின உடனே "அக்னி நட்சத்திரம்" படம் ஜனகராஜ் போல "என் பொண்டாட்டி ஊருக்கு

போயிட்டான்னு சத்தம் போடறேன்" போதுமா.

மாலதி: *(தலையில் அடித்தபடி)* வயசுக்கு தகுந்த பேச்சே இல்லை இன்னும்.சுரேஷ் சொன்ன பையன் வந்துட்டான்னா பாருங்க.

கஜேந்திரன்: இதோ வந்துட்டான். தம்பி, இவங்க தான் ஊருக்கு போறது, பத்திரமாக உள்ளே அனுப்பிட்டு சொல்லு. விமானம் கிளம்பர வரை நான் இங்கே தான் இருப்பேன். சரி பார்த்து பத்திரமாக போயிட்டு வா, விமானம் ஏறும் முன்னாடி என்னை கூப்பிடு சரியா.

மாலதி: சரி உடம்பை பார்த்துக்கோங்க.

மாலதி சற்று கவலையாக கிளம்பினாள், பல வருடம் கழித்து இது தான் கணவனை பிரிந்து வேறு ஊருக்கு செல்வது, விமானம் ஏறுவதும் இதுவே முதல் முறை, முதல் பயணமே அமெரிக்கா பயணம். மனசுக்குள் சற்று திக் திக் என்று அடித்து கொண்டது. மகனின் நண்பன் அனைத்தையும் நல்லபடியாக முடித்து கொடுக்க, *immigration* முடிந்து விமான கேட் சென்று விட்டாள் நல்ல படியாக.

விமானம் ஏறுவதற்கு முன் கணவனுக்கும், மகனுக்கும் தகவலும் சொல்லியாகிற்று, விமான இருக்கையில் அமர்ந்த பிறகு அவளுக்கு வியர்க்க தொடங்கியது பயத்தில். முதல் பயணமே ஒரு ஜன்னலோர சீட் கிடைத்தது. பக்கத்தில் ஓர் இளம்பெண் வந்து அமர்ந்தாள். அவளிடம் பேச்சு கொடுத்தாள்

மாலதி: உன் பெயர் என்னம்மா?

சக பயணி: என் பெயர் நஸ்ரியா.

மாலதி: நான் மாலதி, நான் அமெரிக்கா வரைக்கும் போறேன், இதான் முதல் விமான பயணம். கொஞ்சம் உதவி செய்ய முடியுமா.

நஸ்ரியா: கண்டிப்பா, நான் தோஹா வரைக்கும் உதவி செய்யுறேன். என் வீடு தோஹால தான் இருக்கு, அங்கே எங்க போகணும்னு நான் சொல்றேன். பயப்பட வேணாம். சீட் பெல்ட் மட்டும் போட்டுக்கோங்க.

நஸ்ரியா உதவியுடன் சீட் பெல்ட் போட்டு சரியாக அமர்ந்தாள் மாலதி.

விமானம் கிளம்பியது பொறுமையாக ஏர்போர்ட் உள்ளே சென்று திரும்பி அதிவேகமெடுத்து மேலே பறக்க தொடங்கியது. மாலதிக்கு உடம்பில் பல மாறுதல். உடம்பே சிலிர்த்தது போலவும், ஜன்னல் வழியே எட்டி பார்க்க பயம் வேறு, இருந்தாலும் தைரியத்தை வரவைத்துக்கொண்டு கண் திறந்து பார்க்க. சென்னை மாநகரம் மிக அழகாக காட்சியளித்தது. விமானம் மேலே ஏற ஏற காது அடைப்பது போல ஒரு உணர்வு.

ஒரு கட்டத்தில் அதிக உயரம் சென்ற பிறகு எல்லோரும் சீட் பெல்ட் கழட்டி விட்டனர்.சாப்பாடு பரிமாற வந்தார்கள், மாலதியிடம் வந்து என்ன வேண்டும் என்று கேட்க அவளுக்கு ஒன்றும் புரியவில்லை.

மாலதி: இவங்க என்ன கேட்கிறாங்க?.

நஸ்ரியா: சாப்பாடு வேணுமா கேட்கிறாங்க.

மாலதி: கொடுக்க சொல்லுங்க, கொலை பசி வேற. காலையில் காபி மட்டும் தான் குடிச்சேன்.

நஸ்ரியா: சைவமா, அசைவமா.

மாலதி: சைவம் தான் எப்பவும் சைவம் தான்.

சாப்பாடு கொடுக்க, அதை சாப்பிட்டு விட்டு உறங்கி

விட்டாள். நாலு மணி நேரம் சென்றது தெரியவில்லை, விமானம் தரை இறங்க இருப்பதாக சொன்னார்கள். தோஹாவில் கீழே இறங்க இறங்க அங்கிருக்கும் கட்டிடங்களை பார்த்து பிரமிப்பாக இருந்தது மாலதிக்கு.

நஸ்ரியாவின் உதவியுடன் ஏர்போர்ட் உள்ளே சென்று அமெரிக்கா செல்ல வேண்டிய விமான கேட் முன்பு சென்றாகிவிட்டது, மூச்சு வாங்க தொடங்கியது, அது பெரிய விமான நிலையம் வெகு தூரம் நடக்க வேண்டியதாய் இருந்தது. அவள் கேட் அருகே வந்து அமர சுரேஷ் அவளை அழைக்க சரியாக இருந்தது.

சுரேஷ்: அம்மா தோஹா நல்லபடியாக வந்தாச்சா. ஒன்னும் சிரமம் இல்லையே.

மாலதி: ஏண்டாப்பா எவ்ளோ தூரம் நடக்க விடற. பெரிய விமான நிலையமா இருக்கு. ஒரு வழியா அமெரிக்கா போற கேட் முன்னாடி வந்துட்டேன்.

சுரேஷ்: நல்லது இனி விமானத்தில் ஏறி உட்கார்ந்தால் போதும் இங்கே நான் வந்துருவேன்.

மாலதி: சரி கொஞ்சம் நேரம் இருக்கு, நீ திரும்ப கூப்பிடு.

அங்கே அமர்ந்து கொண்டிருக்க அங்கே ஏதோ மைக்கில் சொல்லி கொண்டிருந்தனர், அதை கவனித்த அவள் அருகில் உள்ளவர்கள் எழுந்து சென்று கவுண்ட்டர் முன் நின்றனர். அதையெல்லாம் வேடிக்கை பார்த்தபடி அமர்திருந்தாள் மாலதி. அவளை அழைத்தபடி ஒரு விமான பெண்மணி வந்தாள்.

அவள் பேசுவது இவளுக்கு புரியவில்லை, இவள் பேசுவது அவளுக்கு புரியவில்லை. சுற்றி பார்த்தால் எல்லாம் அரபு நாட்டு மக்களாகவே இருந்தனர். ஒரு வட இந்தியர் ஒருவர் இருந்தார் அவரிடம் உதவி கேட்கலாம் என்று சென்றாள்.அவர் திரும்பி கூட பார்க்கவில்லை.

அந்த விமானப்பெண்மணி அவள் அருகில் வந்து ஒரு பேப்பர் கொடுத்தாள்.

விமான பெண்மணி: Sorry madam, due to technical issue flight is cancelled today. We are providing a hotel stay & three days visa. You can travel tomorrow only.

அவளுக்கு ஒன்றும் புரியவில்லை, சுரேஷ் அந்த நேரத்தில் அழைக்க விமான பெண்மணியிடம் கொடுத்தாள் அவள் விஷயத்தை கூற, சுரேஷ் சற்று சங்கடமானான்.

***சுரேஷ்:** அம்மா விமானம் ஏதோ கோளாறாம் இன்னிக்கு கிளம்பாதாம் நாளைக்கு தான் போக முடியும், இன்னிக்கு தங்க ஒரு ஹோட்டல் ஏற்பாடு செய்திருக்காங்க.*

***மாலதி:** என்னடா இப்படி குண்டை தூக்கி போடற. சுலபமாக வந்துடலாம்னு சொன்ன.50 வயசில் எனக்கு இப்படி ஒரு சோதனையா?!.*

***சுரேஷ்:** இருங்க பதட்டப்படாதீங்க, நான் வேற விமானம் இருக்கா பார்க்க சொல்றேன், நீங்க போன் அவங்க கிட்ட கொடுங்க.*

அந்த விமான பெண்மணி பேசிக்கொண்டே செல்ல அவள் மீது ஒருவர் மோத அந்த போன் கீழே விழுந்தது. கண்ணாடி உடைந்து மொத்தமாக நின்று போனது.

மாலதிக்கு ஒன்றும் புரியவில்லை, புதிய நாட்டில் தனியாக மாட்டி கொண்டது போல ஆயிற்று பதட்டம் அதிகரித்ததில் அவளுக்கு மயக்கம் வந்து மயக்கமானாள்.

அவள் முகத்தில் தண்ணீர் தெளிப்பது மட்டும் தெரிந்தது, லேசாக கண் திறக்க அவளால் நம்ப முடியவில்லை மயக்கத்திலிருந்து அவளை எழுப்பியது மாதவன்!!!.

மீண்டும் மயக்கத்திற்கே சென்றாள்.

அவள் நினைவுகள் மட்டும் 1977 ஆம் ஆண்டுக்கு பயணம் செய்தது.அப்போது மாலதி வசித்தது சேலத்தில். 20 வயது ஆன
சமயம் மாலதி மிக அழகாக இருப்பாள். சாதாரண நடுத்தர குடும்பம் தான், அவளும் வேலைக்கு போனால் நல்லது என்று அப்பாவும், அண்ணனும் ஏற்காட்டில் ஒரு டீ எஸ்டேட்டில் கணக்கு வேலைக்கு சேர்த்து விட்டனர். சேலம் முதல் ஏற்காட்டிற்கு 30 கிலோ மீட்டர் மட்டுமே. தினமும் கீழிருந்து மலை மேலே பேருந்தில் வேலைக்கு சென்று வருவது அவள் வழக்கம்.

அன்று வழக்கம் போல பஸ் வர காத்திருக்க வெயில் மண்டையை பிளந்தது, வெயில் தாக்கம் தாங்க முடியவில்லை, அந்த பேருந்து நிறுத்தத்தில் அவள் மட்டும் தான் இருந்தாள். நேரமாகிறது என்று காலை சாப்பிடாமல் வேறு வந்து விட்டாள், மயக்கமாகி விழுந்து விட்டாள்.

அவள் முகத்தில் யாரோ தண்ணீர் ஊற்றினார்கள், மெல்ல கண் திறக்க அவளை காப்பாற்றியது ஒரு இளைஞன், நல்ல மாநிறம், சுருள் முடி, பெல் பாட்டம் பாண்ட், பூ போட்ட சட்டை அன்றைய இளைஞனுக்கான அனைத்தும் இருந்தவன்.

அவன்: வணக்கம், என் பெயர் மாதவன், இங்கே தனியாக மயக்கமாகி இருந்தீங்க அதான் உதவி செய்தேன். துணைக்கு யாரும் வரலையா. எங்கே போகணும்.

மாலதி: எப்பவும் இங்கே தான் பஸ் ஏறுவேன், இன்னிக்கு யாரும் வரலை.

மாதவன்: உங்க பெயர் என்ன. எங்கே போகணும்?.

மாலதி: மாலதி, ஏற்காடு கோல்டன் டீ எஸ்டேட்

போகணும்.

மாதவன்: *அங்கேயா போகணும், நானும் அங்கே தான் போறேன் வாங்க.*

மாலதி: *இல்லை வேணாம் நான் பஸ் வந்ததும் வரேன்.நீங்க கிளம்புங்க. உங்க உதவிக்கு ரொம்ப நன்றி.*

மாதவன்: *ஜீப் இருக்குங்க, ஒன்னும் பயப்பட வேணாம், தனியாக மயக்கமான நேரத்திலும் உதவி தான் செஞ்சேன், என்னை பார்த்து பயபடலாமா. வாங்க.*

மாலதிக்கும் அவனை பிடித்திருந்தது, வயசு கோளாறு வேறு. அந்த நேரத்தில் வேறு யாராக இருந்தாலும் தப்பாக நடக்க பார்த்திருப்பார்கள். மாதவன் மீது நம்பிக்கையுடன் அவன் ஜீப் உள்ளே ஏறி அமர்ந்தாள். ஜீப் ஏற்காடு நோக்கி பயணமாக தொடங்கியது. போகும் வழியில் எதுவுமே பேசவில்லை.

எஸ்டேட் சென்று இறங்கியதும் அங்கே வேலை செய்பவர்கள் அவளை ஒரு மாதிரியாக பார்த்தபடி சென்றனர். அவள் கணக்கு வழக்கை ஆரம்பித்த நேரம்....அவள் தோழி ஜோதி வந்தாள்.

ஜோதி: *என்ன மாலதி யார் கூட வந்தே?*

மாலதி: *அவர் மாதவன், நல்ல மனுஷன் உதவி செய்து காப்பாத்தினார் அவரே இங்கே விடறேன்னு சொல்லி விட்டார்.*

ஜோதி: *அவர் யார் தெரியுமா?*

மாலதி: *அதான் சொன்னானே அவர் மாதவன்.*

ஜோதி: *அது இல்லை, அவர் தான் நம்ம பெரிய அய்யா*

பெரிய மகன். இனி அவர் தான் எஸ்டேட் நிர்வாகம் செய்ய போறாரு. உன்னை தான் கூப்பிடறாங்க உள்ளே போ.

மாலதி ஒரு வித சந்தோஷத்தில் உள்ளே சென்றாள்.

உள்ளே எஸ்டேட் முதலாளி அவர் மகன் மாதவனை அறிமுகம் செய்து வைத்து இனி இவரோடு சேர்ந்து வேலை செய்யுங்கள் என்று சொல்லியிருந்தார்.

அடுத்த நாள் முதல் அந்த பஸ் நிறுத்தத்தில் மாதவன் ஜீப் மாலதிக்காக காத்திருக்க தொடங்கியது. இருவருமே ஒன்றாகவே பயணம் செய்தனர். பயணத்தில் அவர்கள் மனசு விட்டு பேசி புரிந்து கொண்டனர். இருவருமே ஒருவரை ஒருவர் காதலிக்கவும் தொடங்கினர்.

நாட்கள் செல்ல தொடங்கின, சிறு மொட்டாய் மலர்ந்த காதல் பூ பூத்து, காயாகி, கனியாகி கனியை அறுவடை செய்யும் நாளும் வந்தது. ஆம் நாளை மாதவன் மாலதி வீட்டிற்கு தன் தந்தையுடன் வந்து பெண் கேட்பதாய் சொல்லியிருந்தான்.

அவன் வருகையை எதிர் நோக்கி காத்திருந்த மாலதிக்கு ஓர் அதிர்ச்சி செய்தி மட்டுமே வந்தது, ஏற்காட்டிலிருந்து வரும்போது மலையில் நில சரிவு ஏற்பட்டு அவன் ஜீப் கீழே விழுந்து அவன் இறந்து விட்டானென்று.

அதன்பிறகு அவள் குடும்பம் சென்னைக்கு மாற்றலாக, சில வருடத்தில் கஜேந்திரனை திருமணம் செய்தாள். அதன் பிறகு பழைய காதல் எல்லாம் காணாமல் போக, சந்தோஷமான ஒரு வாழ்க்கை அவள் மகன் சுரேஷ் மூலம் கிடைத்தது. சுரேஷும் வேலை கிடைத்து மனைவி, மகனுடன் அமெரிக்கா செல்ல, இப்போது அடுத்த குழந்தை பிரசவத்திற்கு மாலதி அமெரிக்கா செல்கிறாள்.

நினைவு திரும்பி கண் திறக்கும்போது தோஹா ஏர்போர்ட் மருத்துவ சேவை கட்டிலில் இருந்தாள். இடது பக்கத்தில்

மாதவன் அவள் பெட்டிகளுடன் கண்ணை மூடி கொண்டு அமர்ந்திருந்தான்.

மாலதி: *எப்படி இருக்கீங்க?*

அவள் குரல் கேட்டதும் கண் திறந்தவன்.....

மாதவன்: *நல்லா இருக்கேன் (அவன் குரல் தழு தழுத்தது). உன்னை இங்கே சந்திப்பேன்னு நினைக்கவேயில்லை.*

மாலதி: *நானும் தான், நீங்க இறந்துட்டதாக தான் எனக்கு செய்தி வந்துச்சு.*

மாதவன்: *உண்மை தான் கிட்டத்தட்ட மறு பிறவி எடுத்து தான் வந்தேன். அந்த விபத்தில் நான் உயிர் பிழைச்சுட்டேன் என் அப்பா தான் காலமானார். பல மாசம் நடக்க முடியாமல் கிடந்தேன், மீண்டும் நல்ல நிலைமைக்கு வரவே மூன்று வருஷம் ஆகிருச்சு. உன்னை தேடி வந்து விசாரிச்ச போது உனக்கு கல்யாணம் ஆனதாக சொன்னாங்க. அப்புறம் மும்பைக்கு போயிட்டோம் அங்கே வியாபாரம் செய்ய தொடங்கினேன்.*

மாலதி: *உங்களுக்கு கல்யாணம் ஆச்சா?.*

மாதவன்: *ஹ்ம்ம் ஆச்சு 32 வயசில், மனைவி சரிதா. ஒரு மகள் இருக்கா.உன் பசங்க?*

மாலதி: *ஒரு மகன் சுரேஷ். அமெரிக்காவில் இருக்கான் அவனை பார்க்க தான் போகிறேன், இங்கே விமானம் பழுதாகிருச்சுன்னு சொன்னாங்க. ஐயோ மகனுக்கு பேசவே இல்லை. எவ்ளோ நேரமாக நான் இங்கே இருக்கேன்?.*

மாதவன்: *இரண்டு மணி நேரம் தான். உன் போன் சரி ஆகிருச்சு, உன் மகன் கூப்பிட்டார் நான் எடுத்து பேசிட்டேன், நாளைக்கு தான் அமெரிக்கா வர முடியும்னு*

சொல்லிட்டேன், நான் ஜாக்கிரதையாக கொண்டு வந்து விடறேன்னு சொல்லிட்டேன். கவலை வேண்டாம்.

மாலதி: *நீங்க யாருன்னு சொன்னீங்க. நீங்களும் அமெரிக்கா போறீங்களா?.*

மாதவன்: *ஆமாம், நான் மும்பையிலிருந்து தோஹா வந்தேன், நீ சென்னையிலிருந்து வந்தே. நானும் ஹூஸ்டன் தான் போகணும், என் மகள் அங்கிருந்து பக்கத்தில் டல்லாஸ் ஊரில் இருக்கா. இன்னிக்கு தங்குவதற்கு ஒரு ஹோட்டலில் இரண்டு ரூம் கொடுத்திருக்காங்க, நாம போகணும். என் பெயர் சிவ சந்திரன்னு சொல்லியிருக்கேன். நாளைக்கு ராத்திரி தான் விமானம், காலை இங்கே தோஹாவை சுற்றி பார்க்க கூட ஏற்பாடு செய்திருக்காங்க.*

மாலதி: *சிவ சந்திரனா?*

மாதவன்: *ஆமாம் அந்த விபத்துக்கு பிறகு பெயர் முதற்கொண்டு எல்லாமே மாத்திட்டேன்.*

இருவரும் அவர்களுக்கு கொடுத்த ஹோட்டல் சென்றனர். அடுத்த நாள் பழைய கதைகள் பேசியபடி தோஹா நகரை சுற்றி வந்தனர். அன்றிரவு சரியான நேரத்தில் விமானம் அமெரிக்கா கிளம்பியது, கிளம்பும் முன் கஜேந்திரனோடும் பேசினாள்.

பதினெட்டு மணி நேர பயணத்திற்கு பிறகு ஹூஸ்டன் நகரை வந்தடைந்தது விமானம். எல்லா உதவியும் செய்து பெட்டி முதற்கொண்டு எடுத்து வெளியே வந்து விட்டார் மாதவன்.

அவர் மகள் தன் பேத்தியுடன் வந்திருந்தாள் அவர்களை மாலதிக்கு அறிமுகம் செய்து வைத்தார்.

"அடடே என் பெயரும் அது தான் மாலதி" என்றாள் அவள்.

மெல்ல அவள் கண்கள் மாதவனை பார்த்தது, அவன் எங்கோ பார்ப்பது போல இருந்தார்.

அதே சமயம் சுரேஷும் தன் மகன் ப்ரணவ்வுடன் வந்தான்.

சுரேஷ்: அம்மா, குட் நியூஸ் இன்னிக்கு மதியம் மறுபடியும் பேரன் பிறந்திருக்கான்.

மாலதி: அப்படியா டா கண்ணா. சந்தோஷம். இவர் தான் பெரிய உதவி செய்தார் இங்கே வர.

சுரேஷ் சிவ சந்திரனிடம் பேசி விட்டு விடை பெற்றான்.

மாலதி: ப்ரணவ் குட்டிக்கு தம்பி பாப்பா வந்தாச்சா??!! என்ன பெயர் வெக்க போற தம்பிக்கு.

ப்ரணவ்: அவன் பெயர் ராகவ்

சுரேஷ்; அப்படியே ஜாதக பெயரும் ஒன்னு சொல்லும்மா. இவனுக்கு ஜாதக பெயர் ஸ்ரீராமன்னு வெச்சாச்சு. அவனுக்கு என்ன வைக்கலாம்?

மாலதி: அவனுக்கு ஜாதக பெயர் மாதவன்னு வெப்போம்.

சுரேஷ்: அதென்ன மாதவன்?.

மாலதி: கிருஷ்ணர் பெயர் டா.

ஜன்னலருகே பார்க்க மாதவன் காரும் பக்கத்தில் வந்தது அவர்கள் கார் இடது பக்கம் திரும்ப இவர்கள் கார் வலது பக்கம் திரும்ப,

அவர்கள் நினைவுகளின் பயணம் என்றும் முடிவதில்லை.

7

சொல்ல மறந்த கதை

திருநெல்வேலி சந்திப்பில் திலக் பையுடன் காத்துக்கொண்டிருதான், சென்னை ரயில் TTR வருவதற்காக. சிறிது நேர காத்திருப்புக்கு பின் ஒரு வயதான TTR வந்தார். அவரிடம் தயங்கி தயங்கி அருகில் நின்றான் திலக்.

TTR: *என்ன தம்பி டிக்கெட் வேணுமா?*

திலக்: *ஆமாம் சார்*

TTR: *வாயை திறந்து கேட்டால் தானே தெரியும் எங்கே போகணும் சென்னையா?*

திலக்: *ஆமாம் சார்.*

TTR: *Non-AC /AC எது வேணும்?*

திலக்: *உட்கார இடம் கிடைச்சா கூட போதும், நாளைக்கு சென்னையில் இருக்கணும், முக்கியமான ஆபீஸ் வேலை அதான்.*

TTR: *சரி வாங்க பார்த்து தரேன், டிக்கெட் காசு மட்டும் கொடுங்க.*

திலக் எடுத்து கொடுக்க அதை வாங்கிக்கொண்டார். சரியாக இரவு 1945 மணிக்கு வண்டி கிளம்பியது. திலக் ஒரு சீட்டில் அமர்ந்திருந்தான். அவர் உள்ளே சென்று விட்டு வருகிறேன் என்று சொல்லிவிட்டு சென்றார்.

நேரம் ஓட ஆரம்பித்தது, அடுத்த ஒரு மணி நேரத்தில் கோவில்பட்டி சந்திப்பு வந்தது, அவன் அமர்திருந்த இருக்கைக்கு ஆள் வந்தனர், வேறு காலி சீட்டில் மாறி அமர்ந்தான்.

TTR வருவாரா என்று காத்திருந்தான் நேரம் ஆக ஆக ஆட்கள் மட்டும் வந்தனர் வண்டி சாத்தூர் தாண்டி விருது நகரில் நிற்கின்றது அங்கிருந்து கிளம்பும் நேரம் அவர் வந்தார்.

TTR: *நீ இங்க இருக்கியாப்பா நான் அங்கே தேடிட்டு இருந்தேன்.*

திலக்: *அங்கே ஆளு வந்துட்டாங்க அதான் இங்கே மாறி உட்கார்ந்தேன்.*

TTR : *மதுரை வரைக்கும் பொறுங்க கண்டிப்பாக சீட் கிடைக்கும்.*

திலக் பொறுமையாக வேடிக்கை பார்த்தபடி அமர்ந்திருந்தான் மதுரை சந்திப்பு வந்தது, இங்கு நிறைய கூட்டம் ஏறியது. ஒரு வழியாக எல்லோரையும் பார்த்து விட்டு அவர் இருக்கையில் வந்து அமர்ந்தார் TTR. அவர் பார்க்கவே சோர்வாக இருந்தார்.

TTR: *தம்பி இன்னிக்கு ரொம்ப கூட்டம் பெருசா சீட் எங்கேயும் இல்லை. இது ஒன்னு தான் இருக்கு, நாம*

இரண்டு பேரும் உட்கார்ந்துப்போம்.

திலக்: *சரி சார்*

TTR: *IT கம்பெனியில் வேலை பாக்கறீங்களா?*

திலக்: *ஆமாம் சார்*

TTR: *என் பையனும் IT கம்பெனி தான், நான் தான் அங்கேயே போ இந்த வேலையெல்லாம் வேண்டாம்னு அனுப்பி விட்டேன்.*

திலக்: *ஏன் சார் இது அரசாங்க உத்யோகம் இதை வேண்டாம்னு சொல்லிடீங்க.*

TTR: *அட போப்பா இது நாய் பொழப்பு, எங்க அப்பாவும் TTR தான். அவர் இறந்ததும் எனக்கு இந்த வேலையை கொடுத்தாங்க. வாழ்க்கை பூரா பயணமாகவே போயிடுச்சு. ஒரு நாள் கூட நிம்மதியாக குடும்பத்தோட இருந்ததேயில்லை. எல்லோரும் என்னை திட்டிகிட்டே இருப்பாங்க வீட்ல. லீவு கிடைக்கும் ஆனாலும் அதிகமா எடுத்ததில்லை. நான் வேலைக்கு வந்தால் தான் என் குடும்பம் ஓடும். எனக்கும் உன் வயசில் ஒரு மகன் இருக்கான், கல்யாணம் ஆகி மருமகள் இப்போ மாசமாக இருக்காள். பேரனோ, பேத்தியோ கொஞ்சறதுக்காவது உயிரோட இருக்கணும்னு வேண்டிக்கிட்டு இருக்கேன்.*

திலக்: *நான் என் வேலை தான் கஷ்டம்னு நினைச்சேன்.*

TTR: *மொத்த ரயிலுக்கும் நடந்து போயாகணும், தினம் தினம் நடந்து கால் வலி பின்னி எடுக்கும். ஒரு ஊருக்கு போயி சேர்ந்தோம்னா அங்கே படுத்த தூங்கறதுக்கு மட்டும் தான் நேரம் சரியாக இருக்கும். கையில் தினப்படி தேவையான பேஸ்ட், ப்ருஷ், சோப்பு, டிரஸ் இதெல்லாம் தூக்கிட்டே அலையனும். நிம்மதியாக ஒரு பேப்பர் படிக்க முடியாது. ஏதாவது படிக்கலாம்னு ஆரம்பிச்சா யாராவது வந்து ஏதாவது*

கேட்பாங்க இல்லை குறை சொல்லுவாங்க அதும் பண்டிகை நேரம், சபரி மலை சீசன் அதிகமான கூட்டம் இருக்கும். பல நாள் என் சீட் யாருக்காவது கொடுத்துட்டு கொஞ்சம் நேரம் நின்னுட்டே கூட வந்திருக்கேன்.

திலக்: *சாரி சார் இந்த வேலை இவ்ளோ கஷ்டம் இருக்கும்னு தெரியாது.*

TTR: *அட நான் இன்னும் முடிக்கவே இல்லை தம்பி. இப்படி ரயில் ஓட்டத்திலேயே பேப்பர், புத்தகம் படிச்சு கண்ணு மங்களாச்சு, மூளைக்கு போற நரம்பு ஒன்னு பலவீனமாச்சு. இப்படி ஆட்டத்துலேயே தினமும் போகிறதால முட்டி எலும்புகளெல்லாம் நாற்பது வயசிலேயே தேய ஆரம்பிச்சிருச்சு. ரொம்ப நேரம் நிக்க முடியாது, ரொம்ப நேரம் உட்காரவும் முடியாது. ரொம்பவே அவஸ்தையாக இருக்கும்.*
பேசிக்கொண்டே பையிலிருந்து ஒரு மாத்திரை எடுத்து போட முயன்றார் ரயிலில் அடித்த காற்றில் அது பறந்து வெளியே விழுந்தது. கையில் அந்த ஒரு மாத்திரை மட்டுமே இருந்தது என்று அப்போது தான் கவனித்தார்.

திலக்: *என்ன சார் தேடறீங்க?*

TTR: நெஞ்சு வலிக்கான மாத்திரை போடணும் வெளியே விழுந்திருச்சு, மிச்சம் மூணு மாத்திரை இருந்தது அதை காணோம். கண்டிப்பாக அந்த மாத்திரை போட்டுக்கணும். ஏற்கனவே இரண்டு முறை இருதய கோளாறு வந்து அறுவை சிகிச்சையெல்லாம் ஆகி இருக்கு.

திலக்: ஐயோ இப்போ என்ன பண்றது அடுத்த ஸ்டேஷன் வந்தால் வாங்க முடியுமா நான் வாங்கி தரேன்.

TTR: நாம திண்டுக்கல் தாண்டிட்டோம் இதோட அதிகாலை ஒரு மணிக்கு திருச்சி வரும் அங்கே தான் கிடைக்கும் நான் ஸ்டேஷன் மாஸ்டர் கிட்ட சொல்லிடறேன்.

திலக்: *உடம்பில் இவ்ளோ பிரச்சனைகளோட எதுக்கு வேலைக்கு வரீங்க.*

TTR: *இதே தான் என் பையனும் சொல்லுவான். கடன் நிறைய வாங்கிட்டேன், பையனுக்கு அதிக பாரத்தை கொடுக்கவேணாமேன்னு வேலைக்கு வரேன். என் நல்ல நேரம் 62 வயசை 65 ஆகிட்டாங்க ஓய்வு பெற, நாளையோட 65 வயசு முடியுது. இது தான் என் வாழ்க்கையின் கடைசி ரயில் பயணம்.*

திலக்: *உடம்பை பார்த்துக்கோங்க.*

TTR: *இப்படி உங்களை மாதிரி பயணிகள் தான் என் சொந்தமே. சிலரை திரும்ப பார்ப்பேன். மற்றபடி நிறைய புது முகங்கள். சிலர் அவங்க சாப்பாடு கொடுப்பாங்க, சிலர் சரக்கு வாங்கிட்டு வந்து கூட கொடுப்பாங்க, சிலர் வலுக்கட்டாயமாக காசு கொடுத்ததும் உண்டு. சிலர் நேரம் போகிறது தெரியாமல் பேசிட்டு வருவதும் உண்டு. இது தான் என் வாழ்க்கையின் சந்தோஷ தருணமே.*

பேசி முடிக்கையில் அவருக்கு சற்று நெஞ்சு வலிக்க ஆரம்பித்தது....

TTR: *தம்பி லேசா நெஞ்சு வலிக்கற மாதிரி இருக்கு கொஞ்சம் தண்ணி குடிக்க கொடுப்பா.*

அவசர அவசரமாக தண்ணி எடுத்து கொடுத்தான்.

திலக்: *ரயில் நிறுத்தட்டுமா (பதட்டமாக கேட்டான்)*

TTR: *வேண்டாம்ப்பா இது நடு இடத்தில ஒன்னும் இருக்காது. இன்னும் கொஞ்சம் நேரம் திருச்சி வந்திரும். நான் சொல்றதை இந்த நம்பரில் போன் பண்ணி சொல்லிடுங்க.*

திலக் அலைபேசியில் பேசி வைக்க சிறிது நேரத்தில் திருச்சி சந்திப்பு வந்தது. அவசர அவசரமாக வெளியே வந்தான் அங்கே ஒருவர் அவருக்கான மாத்திரையுடன் காத்திருந்தார். மாத்திரையை வாங்கி போட்டவுடன் தான் அவருக்கு தெம்பே வந்தது.

திலக்: நீங்க இங்கேயே இறங்கிடுங்க. இந்த நிலைமையில் பயணம் செய்ய வேணாம்.

TTR: மாத்திரை போட்டாச்சு இனிமேல் ஏதும் பிரச்சனை இல்லை. திருச்சியில் கொஞ்சம் பேரு தான் ஏறி இருப்பாங்க. திருச்சி *TTR* என் நண்பர் தான் அவரை பார்க்க சொல்லிட்டேன் ஏற்கனவே.

திலக்: நீங்க படுத்துகோங்க நான் கீழே உட்கார்ந்துக்கிறேன்.

TTR: சாரி தம்பி உனக்கு சீட் இடம் கொடுக்காமல் போயிட்டேன். இது தான் நான் வேலை பார்க்கிற கடைசி பயணம் உன் ஒருத்தனுக்கு சீட் கொடுக்க முடியலையேன்னு வருத்தமாக இருக்கு.

திலக்: அட என்ன சார், இந்த நிலைமையிலும் இப்படி பேசறீங்க. நீங்க உங்க வேலையை எவ்ளோ நேசிச்சிருக்கீங்கன்னு புரியுது. அதே வேலை தான் உங்களை இந்த நிலைமைக்கும் ஆக்கி இருக்கு.

TTR: ஆமாம் தம்பி சரியாக சொன்னீங்க. என் வேலையை நான் உண்மையாக தான் செஞ்சேன். பாராட்டோ, பணமோ எதிர் பார்த்ததில்லை. இந்த பயணத்தில் வர மக்கள் சொல்ற பாராட்டு தான் எனக்கு பெருசு. என்னை யாருமே ஞாபகம் வெச்சிருக்க மாட்டாங்க. ரயில் டிக்கெட் பார்த்திட்டு போறதோட சரி, என் முகம் கூட யாருக்கும் ஞாபகம் இருக்காது. எங்க கிட்ட ஒரு சிலர் மட்டுமே அன்பாக பேசுவாங்க. சிலர் சண்டைக்கு நிப்பாங்க. இந்தியா பூரா என்னை மாதிரி பல *TTR* இருக்காங்க எல்லோருக்கும்

இப்படி தான் இருக்கு வாழ்க்கை.

திலக்: புரியுது சார், இனிமேல் என் வாழ்க்கையில் எப்போ ரயிலில் போனாலும் அந்த *TTR* இடம் அன்பாக பேசிட்டு தான் போவேன். நீங்க தூங்குங்க.

அவர் அலைபேசி அடித்தது எடுத்து பேசினார். அந்த பக்கம் பேசுபவர் பேச்சும் அவனுக்கு கேட்டது.

ஹலோ அப்பா, என் பொண்டாட்டிக்கு வலி வந்திருச்சு இப்போ ஹாஸ்பிடல் போக போறேன்.

TTR: சரிப்பா, பாத்து பத்திரமாக போ. நான் ஆறு மணிக்கு சென்னை வந்துருவேன் வரேன்.

"குரல் ஏன் ஒரு மாதிரியாக இருக்கு?"

TTR: தூக்கத்தில் இருக்கேன், சென்னை வந்ததும் நான் நேராக வரேன்.

"தம்பி எந்த ஸ்டேஷன் தாண்டி இருக்கோம்....."

திலக்: விருதாச்சலம் சார். உங்க பையனா பேசினது. ஏன் எதுமே சொல்லல. போன் கொடுங்க நான் பேசறேன்.

TTR: அவனே பிரசவவலிக்கு மனைவியை கூட்டிண்டு ஹாஸ்பிடல் போறான் அவன் கிட்ட போய் இப்போ எதுக்கு இதெல்லாம் சொல்லிக்கிட்டு. என் வாழ்க்கையை நினைச்சு பார்த்தால் கனவு மாதிரி இருக்கு. இதே விருத்தாசலம் தாண்டும்போது தான் என் மனைவி பிரசவ வலியோட ஹாஸ்பிடல் போனாள். நான் சென்னை சேர்ந்தவுடன் என் மகன் பிறந்தான் அடுத்த நாள் எங்க அப்பா இறந்தார்.

திலக் சற்று சங்கடமாகவே நினைத்தான், கடவுளே இவருக்கு ஏதும் ஆகாமல் சென்னை சேரனும் என்று வேண்டி கொண்டான். சற்று நேரத்தில் அவர் நன்கு உறங்கி இருந்தார்.

திலக் உட்கார்ந்தபடியே தூங்கி போனான். செங்கல்பட்டு தாண்டி வண்டி சென்று கொண்டிருந்தது. திலக் எழுந்துவிட்டு தாம்பரத்தில் அவரை இறக்கி மருத்துவமனை கூட்டி செல்லலாம் என்று நினைத்து அவரை எழுப்பினான். அவரிடமிருந்து எந்த அசைவும் இல்லை மிகவும் பதட்டமாகி அங்கே யாராவது மருத்துவர் இருக்கீங்களா என்று கத்தி பார்த்தான். அடுத்த பெட்டியில் சென்று தேடி பிடித்து அரை தூக்கத்தில் ஒரு மருத்துவரை அழைத்து வந்தான். அவர் பரிசோதனை செய்துவிட்டு.....சாரி சார் "இவர் இறந்துட்டார்" என்றார். தலையில் இடி இடித்தது போல அமர்ந்தான் திலக்.

TTR போன் ஒலித்தது, அதை எடுத்து ஸ்பீக்கர்க்கு உயிர் கொடுத்தான், அவர் மகன் "அப்பா நீங்க தாத்தா ஆகிடீங்க பேரன் பிறந்திருக்கான்" என்றார்.

திலக் கண்களில் கண்ணீருடன் விஷயத்தை கூற....அவர் ஆன்மா அவன் முன் சிரிப்புடன் வெளியே சென்றது. அப்போது தான் அவர் பெயரை பார்த்தான் "மயில் வாகனன்". அவர் வாழ்க்கை முழுவதும் பயணித்திலேயே சென்று விட்டது. அவரின் இந்த பயணங்கள் இனி என்றும் முடிவதில்லை.

8

சிலம்பாட்டம்

தமிழ்நாட்டின் காரைக்குடி பக்கமுள்ள அமராவதி கிராமத்தில் அன்று பஞ்சாயத்தை கூட்டியிருந்தார்கள். பஞ்சாயத்து தலைவர் வேலுசாமி வந்தவுடன் அனைவரும் எழுந்து நின்று மரியாதை செலுத்தினர்.

"என்னப்பா, இன்னிக்கு என்ன பஞ்சாயத்து...?"

"வழக்கம் போல தான் தலைவரே, மறுபடியும் பஞ்சாயத்தை கூட்ட வெச்சிட்டான் நம்ம அன்னம்மா மகன் பூவரசு, ஊருக்குள்ள இருக்கிற கோழியை விரட்டி பிடிக்கிறது, தோப்பில் மாங்கா, இளநீர் திருடுறது இதே வழக்கமா போச்சு, இதுக்கு உங்க மகள் பொன்னியும் உடந்தை, உங்க மகளையாவது விட்டுடலாம், இந்த பய அட்டகாசம் தாங்க முடியல. நம்ம காத்தவராயன் கோழி நாலு காணோம் இவனால, நம்ம சடையன் மாந்தோப்பில் பெரிய கிளையை உடைச்சிருக்கான், மாங்காவை திருடி இருக்கான், பன்னீர்செல்வம் தென்னந்தோப்பில் இளநீரை திருடி குடிச்சிட்டு மிச்சம் இருந்த இளநீரை தூக்கி வாழை தோப்பில் பதுக்கி வெச்சிட்டு போயிருக்கான், பன்னிரண்டு

வயசு தான் ஆகுது எப்போ பாரு சேட்டை" பூவரசு பற்றி பொரிந்து தள்ளினார் வயதான ஒருவர் பஞ்சாயத்தில்.

"ஏலே பொன்னி இந்த பையன் கூட போக கூடாது சொன்னேன்ல உன்னை,வயசுக்கு வந்த புள்ள இப்படி ஊரை சுத்திட்டு வர, நல்லாவா இருக்கு, இன்னும் ஒரு வருஷத்தில் 21 வயசு ஆகப்போகுது, கல்யாணம் செய்துகிட்டு போக வேண்டிய வயசில் சின்ன பையன் கூட என்ன ஆட்டம், வீட்டுக்கு வா உன்னை என்ன செய்யுறேன் பாரு..." மகளை மிரட்டினார் வேலுசாமி.

"அப்பா பசிச்சுதுனு இளநீர் குடிச்சது தப்பா....?" ஏக்கமாக கேட்டாள் பொன்னி.

"அதுக்கு தோப்புக்காரன்கிட்டே என் பெயரை சொன்னாலே கொடுத்திருப்பான் நான் காசு கொடுத்திருப்பேன், அது என்ன திருடி குடிக்கிற பழக்கம், இவன் தான் ஊருக்குள்ள உருப்படாமல் சுத்திகிட்டு இருக்கான் உனக்கென்ன?. இவனுக்கு தான் படிப்பும் ஏறலை, தண்டசோறா இருக்கான், இவன் அம்மா அன்னம்மா தான் பாவம், வீட்டு வேலை செஞ்சு கஷ்ட படுறா, என்ன செய்தாலும் சரிப்பட்டு வர மாற்றானே இவன். உடம்பு நல்லாதானே இருக்கு இனிமேல் இவனுக்கு வேலை கொடுத்தால் தான் சரி வரும் என்ன சொல்றீங்க எல்லோரும்"

"அய்யா இவன் யார்கிட்டேயும் உருப்படியாக வேலையும் பார்க்க மாட்டானே, நீங்களே சொல்லுங்க என்ன செய்யலாம்னு"

"வேற வழி இல்லை, ஏலே, பன்னீர் உன் தென்னந்தோப்பில் மரம் ஏறி இளநீர் பறிக்க இவனை வேலை வாங்கு, எங்கே ஓடினாலும் மிரட்டி உருட்டி வேலை வாங்கு அப்போ தான் சரிப்பட்டு வருவான். இதோ பாரு டா பூவரசு ஒழுங்கா வேலையை கத்துக்க பாரு, நாளைக்கு வளர்ந்த அப்புறம் இந்த வேலை செய்தாவது உங்க அம்மாவை காப்பாத்தலாம் சொல்றது புரியுதா " வேலுச்சாமி பூவரசுவை பார்த்து மிரட்டினார்.

"அய்யா ஒரு நிமிஷம்" பஞ்சாயத்தில் ஒரு குரல் கேட்டது.

பின்னாலிருந்து நல்ல வாட்டசாட்டமாக வந்து நின்றான் குருநாதன்.

"இவனை என்கிட்டே விடுங்க, நான் இந்த பையனுக்கு சிலம்பம் கத்து கொடுக்கலாம்னு இருக்கேன், இவன் கிட்ட நல்ல திறமை இருக்குன்னு எனக்கு தோணுது, இன்னிக்கு தோப்பில் கவனிச்சேன் கையில் ஒரு குச்சியை வெச்சிண்டு அவன் மேலே தூக்கி எரிஞ்ச பொருளையெல்லாம் நல்லாவே தட்டி ஆட்டம் போட்டான்"

"ஓ சிலம்பு வாத்தியா, என்ன குருநாதா நீயே ஊருக்கு வந்து இரண்டு வருஷம் தான் ஆகுது உங்க ஊரு பிடிக்காமல் தான் இங்கே வந்திருக்கே, நீ செய்யுற தச்சு வேலையும், சிலம்பு சொல்லி கொடுக்கிற வேலையும் செய்யறே உனக்கு வேலை அதிகமா இருக்குமே, இவனை எப்படி சமாளிப்பே"

"அய்யா எங்க ஊருலே நான் சிலம்பம் நல்லா சுத்துவேன், பல இளவட்டங்களுக்கு சொல்லியும் கொடுத்தேன் ஆனால் யாருமே அதை அடுத்த கட்டத்துக்கு எடுத்திட்டு போகலை, அதான் பொஞ்சாதியோடு இங்கே வரலாம்னு வந்தேன், இங்க கொஞ்சம் பரவாயில்லை கொஞ்சம் பசங்க நல்லா சுத்தறாங்க சிலம்பு. இவனையும் இதில் சேர்த்தால் அவனுக்கு ஏதோ ஒரு வழியில் கவனத்தை மாத்துற மாதிரியாவது இருக்கும்" உறுதியாக பதிலளித்தான் குருநாதன்.

"அப்படியா சொல்ற, அன்னம்மா கிட்டே ஒன்னும் காசு கேட்காதே அவளே ரொம்ப கஷ்ட படுறா, நான் வேணும்னா என் பொண்ணோட தோஸ்த்துன்னு கொஞ்சம் பணம் தரேன்"

"சரி அய்யா நான் பார்த்துகிறேன்"

அடுத்த இரு வாரத்தில் பூவரசுவும் அந்த கூட்டத்தில் சேர்ந்தான். அவனுக்கு விருப்பமே இல்லை இருந்தும் அம்மாவின் நச்சரிப்பாலும் நாட்டாமை சொல்லுக்காகவும்

சேர்ந்தான்.

தினமும் அதிகாலையிலேயே வரவைத்தான் குருநாதன், தினமும் சில தூரம் ஓட்ட பயிற்சி கொடுத்தான், அதன் பிறகு சில பல உடற்பயிற்சிகளும் செய்ய கற்றுக்கொடுத்தான். முதல் இரண்டு, மூன்று தினங்களில் பூவரசால் முடியவில்லை திடீரென உடற்பயிற்சி செய்ததும் உடம்பெங்கும் வலி. இருந்தும் குருநாதன் விடவில்லை.

தினம் அதிகாலையில் அவன் வீட்டிற்கே வந்து அவனை எழுப்பி, மிரட்டி கூட்டி சென்றான்.

ஒரு வாரம் வரை பொறுத்து பார்த்தவன், முடியாமல் வாத்தியாரிடம் சண்டைக்கு சென்றான்.

"என்ன வாத்தி, கம்பே கொடுக்க மாற்ற, தினமும் ஓட விட்டே வேடிக்கை பாக்குற, நீ சொல்றதையெல்லாம் செய்ய முடியாது"

"அடி கழுதை வாத்தியா....மரியாதை கிடையாதா டா....இரு உன் தோலை உரிக்கிறேன், அப்படியே கம்பு கொடுத்தால் சுத்திருவியா"

"சுத்திடுவேன்...."

"இந்தா கம்பு எங்கே சுத்து பார்ப்போம்...."

ஒரு கம்பை தூக்கி எரிய அதை சரியாய் பிடித்து சுத்த ஆரம்பித்தான், மெதுவாக ஆரம்பித்து வேகமாக போக அவனால் கட்டுப்படுத்த முடியாமல் சுருண்டு விழுந்தான். சுற்றி இருந்த மற்ற மாணவர்கள் சிரித்து விட்டனர் அவனுக்கு அவமானமாக போனது.

பக்கத்தில் இருக்கும் இன்னொரு மாணவனை கம்பு சுத்த செய்தான் குருநாதன், அவன் நன்றாக சுற்றி தெம்பாக முடித்து நிற்க அவன் செய்ததை பார்த்ததும் அனைவரும் கைதட்டி உற்சாக படுத்தினர்.

"பாத்தியா.... இதுக்கு தெம்பு வேணும், அதுக்கு தினமும் உடற்பயிற்சி செய்யணும் அப்போ தான் சரியாக சுத்த முடியும், கவனம் இங்கே இருக்கணும், கண்ணு எல்லா பக்கமும் நெருப்பாக பார்க்கணும், இதுல பல வித்தை இருக்கு, உனக்கு நான் சொல்லி தரேன் ஆனால் அதுக்கு நீ ஒரு வேலை செய்யணும்"

மெல்ல எழுந்து அமர்ந்தபடி, அவன் அவமானப்பட்டதை நினைத்து பார்த்தான் இன்னொருவனை மற்றவர்கள் பாரட்டுவதையும் நினைத்து பார்த்தான். இவர்கள் முன்பு கம்பு சுத்தி கைதட்டு வாங்கி விட வேண்டுமென்ற வெறி அவனுக்கு வந்தது."புரியுது மாஸ்டர், எனக்கு இது புதுசா இருக்கு, ரொம்ப பிடிச்சிருக்கு. சுத்து கொடுங்க சுத்தி தான் பாக்குறனே, நான் என்ன செய்யணும்"

"முதலில் பள்ளிக்கூடம் போகணும்.... அது மூலமா தான் வெளி இடத்துக்கு போட்டிக்கு போக முடியும், பிடிக்குதோ பிடிக்கலையோ பள்ளிக்கூடம் போயி நாலு மார்க் எடுத்தாலும் பரவாயில்லை எடு. காலை, சாயுந்திரம் இங்கே வா உனக்கு நான் பயிற்சி தரேன்"

குருநாதன் கிளம்பியதும் மற்ற மாணவர்கள் அவனை கேலி செய்தவண்ணமிருந்தனர் அது அவனுக்கு எரிச்சலாக இருந்தது. இதுவரை அவன் செய்யும் அலப்பறைகள் பார்த்து யாரும் ஏளனம் செய்ததில்லை வம்பு தான் செய்தார்கள் அதனால் இந்த அவமானத்தை போக்கியே ஆகணும்ங்கிற வெறி அவனுக்குள் பிறந்தது.

வாத்தியார் சொன்னபடி மீண்டும் பள்ளிக்கு செல்ல துவங்கினான், காலை மாலை கம்பு கற்று கொள்ள சென்றான், நாட்கள் செல்ல தொடங்கியது, உடற்பயிற்சி, அடுத்து உபகரணங்களுடன் உடற்பயிற்சி, அடுத்து மனதை கட்டுப்படுத்த யோகா பயிற்சி, குத்துதல் உடற்பயிற்சி என்று மெல்ல அடுத்த படிகளில் காலெடுத்து வைக்க தொடங்கினான்.

ஆறு மாத காலம் சென்றது, சிலம்பாட்டத்தின் கசரத் முறைகளை கற்றுக்கொள்ள தொடங்கினான், குந்து பயிற்சி

என்று அமர்ந்தபடியே கம்பு சுத்தும் பயிற்சியை கற்க ஆரம்பித்தான், அடுத்து பாம்பு போல வளைவும் பயிற்சி, நெருப்பிட்டு கம்பு சுத்தும் பயிற்சி என்று அடுத்த கட்டத்துக்கு உயர்ந்து கொண்டே சென்றான், இதுவரை சாதாரணமாக அவனை பார்த்தவர்கள் இப்போது அவனுக்குள் இருக்கும் வெறியை பார்த்து மெய் சிலிர்த்தனர்.

குருநாதனே சற்று ஆச்சிர்யப்பட்டு தான் போனான், இப்படி ஒரு சீடனை தான் தேடிட்டு இருந்தேன் உன்னை வைத்து இந்த கிராமம், வட்டம், மாவட்டம் எல்லாத்துலயும் போட்டி போட வெச்சு ஜெயிச்சு காட்டறேன் என்று மார் தட்டி கொண்டான்.

அவனை விட பெரிய வயது மாணவர்கள் இருந்தும் குருநாதன் பூவரசுக்கு மட்டுமே அதிக கவனம் செலுத்த தொடங்கினான், அந்த கிராமத்துக்குள்ளும் அவனுக்கு நல்ல பெயர் வர தொடங்கியது.

இன்னும் சில பல மாதத்தில் அனைத்து சிலம்பு பயிற்சியிலும் நன்கு தேறியிருந்தான் பூவரசு. சிறு சிறு போட்டிகளாக கலந்து கொள்ள தொடங்கினான் அவன் போகுமிடமெல்லாம் அவனுக்கு வெற்றிகள் குவிய தொடங்கின. மாவட்ட அளவிலும் வெற்றி பெற்றான்.அவன் தாய் அன்னம்மா மிகவும் மகிழ்ச்சியானாள்.

குருநாதனின் சந்தோஷத்திற்கு அளவே இல்லாமல் போனது.

"டேய் பூவரசு இப்படியே இந்த வெறியோடு இரு, அடுத்து மாநில அளவிலான போட்டி இருக்கு அதுல மட்டும் ஜெயிச்சிட்டா 14 வயசில் கம்பு சுத்துவதில் ஜெயிச்ச முதல் ஆள் நீயா தான் இருப்பே, எனக்கு ரொம்ப பெருமையாய் இருக்கு டா"

"கவலை படாதீங்க வாத்தியாரே நிச்சயமாக ஜெயிச்சிரலாம்"

"இது தான் டா என் கனவு, நான் செய்ய முடியாததை நீ

செய்யுற, ரொம்ப பெருமையா இருக்கு. என் ஊரில் என்னை சிலம்பு ஆடவே விடலை, நானும் பல போட்டியில் ஜெயிச்சேன், பொறாமை பிடிச்ச மத்தவங்க என்னை சாய்க்கணும்னு சதி செய்தாங்க, மாநில அளவு போட்டிக்கு போகுறதுக்கு முன்னாடியே எனக்கு சாப்பாட்டில் விஷம் வெச்சு கொல்ல பார்த்தாங்க, எப்படியோ உயிர் பொழைச்சு, உடம்பு முடியாமல் போயிருச்சு, இருந்தும் போட்டிக்கு போனேன் தோல்வி தான் ஆச்சு. அப்புறம் தச்சு வேலை செய்ய ஆரம்பிச்சேன் கொஞ்சம் பசங்களுக்கு சிலம்பு கத்து கொடுத்தேன் அவங்களும் எனக்கு பெருசா மரியாதை தரலை, தோத்தவன் கிட்டே கத்துக்க முடியாதுன்னு போயிட்டாங்க, அப்புறம் தான் ஊரையே மாத்திட்டு இங்கே வந்தேன். இங்கேயும் பெருசா சொல்லிக்குறபடி இல்லை, கொஞ்சம் பசங்க தான் நல்லா கம்பு சுத்தறாங்க, நீ வந்த பிறகு தான் என் இலட்சியத்தை அடைஞ்சிடுவேன்னு தோணிச்சு, இனியே இன்னும் அதிக பயிற்சி எடுக்கணும், ஆட்டம் ரொம்ப சூடு பிடிச்சிருக்கு, இந்த முறை தோற்கவே கூடாது"

குருநாதன் சொன்ன அனைத்தும் அவன் நெஞ்சுக்குள் தீயாக எரிய தொடங்கியது, சிலம்பாட்டத்தில் பெரிய வெற்றி காணவேண்டுமென்பதே அவன் நோக்கமாக இருந்தது.

அடுத்து மாநில அளவிற்கான போட்டிகள் ஆரம்பமாகின, முதல் ஆட்டம் முதல் வரிசையாக வெற்றிகளை குவித்து கொண்டே வந்தான் பூவரசு, அவனை விட வயது அதிகமுள்ள ஆட்களையும் களத்தில் பந்தாடினான். அவன் களத்தில் சிலம்பாட்டம் ஆடுவது வீர அபிமன்யு போல தெரிந்தது குருநாதனுக்கு.

அரை இறுதி போட்டி வரை வென்று இறுதி போட்டிக்கு தயாராக இருந்தான், இன்னும் ஒரு வாரத்தில் இறுதி போட்டி அவன் கிராமமே ஆவலாக காத்திருந்தது அவன் வெற்றிக்காக. அந்த ஒரு வார நேரத்தில் தான் அவன் ஊர் திருவிழாவும் அதை முடித்து நாட்டாமை வேலுசாமி மகள் பொன்னிக்கும் திருமணம் ஏற்பாடு ஆகியிருந்தது.

அவன் பிறந்தது முதல் பொன்னி தான் அவனுக்கு ஒரே

தோழி, திருவிழாவில் சிலம்பாட்டம் போட்டியும் இருந்தது, உள்ளூர் மக்களை வெற்றி காண்பது அவனுக்கு புதிதல்ல சுலபமாக வெற்றியை தட்டி சென்றான் அந்த 14 வயது சிறுவன் பூவரசு.

அடுத்த நாள் பொன்னியின் கல்யாணம் முடித்து ராத்திரி நேரம் தாமதமாக வீட்டிற்கு கிளம்பி போனான், தைரியமான ஆள் என்பதால் தனியாகவே எங்கும் செல்வான். அந்த நேரத்தில் அவனை பின் தொடர்ந்து அவனை சுற்றி வளைத்தது ஒரு கும்பல்.

"பொடி பயலா இருந்துகிட்டு எங்களையே அடிக்கிறியா என்று அவனை தாக்க தொடங்கினர், அப்படியும் ஓரிரு அடிகள் அவர்களை அவன் தாக்க அவர்கள் வெறிகொண்டு அவன் தலையில் ஓங்கி அடிக்க ரத்தம் சர சரவென கொட்ட தொடங்கியது. சிறிது நேரத்தில் மயங்கி விழுந்தான். அவர்கள் அனைவரும் தப்பித்து ஓடி விட்டனர்.

அடுத்த நாள் காலை, அந்த வழியில் செல்லும் ஒருவன் பார்த்து தகவல் சொல்ல எல்லோரும் பதறி அடித்து ஓடி வந்தனர், ரத்தம் அதிகம் வெளியேறியதால் பூவரசு அன்று இரவே இறந்திருந்தான். அந்த கிராமமே அவனுக்காக கண்ணீர் விட்டது. குருநாதன் மிகவும் சோகமாகி போனார் இனி யாருக்கும் சிலம்பம் கற்றுக்கொடுக்க போவதில்லை என்று முடிவெடுத்துவிட்டார்.

காலங்கள் ஓட தொடங்கின, பொன்னி கல்யாணம் ஆகி ராமேஸ்வரம் சென்று விட்டாள். குருநாதன் அவன் தச்சு வேலையில் நாட்டமாக தொடங்கிவிட்டான்.

பொன்னிக்கு கல்யாணம் ஆன ஒரு வருடத்தில் ஒரு மகள் பிறந்து இருந்தாள், இரண்டு வருடம் கழித்து அவள் மீண்டும் கருவுற்றாள் அவள் கருவுற்ற நாள் முதல் தினம் தினம் அவள் கனவில் வர தொடங்கினான் பூவரசு.

"பொன்னி என்னை அநியாயமா கொன்னுட்டாங்க, நான் அவங்களை சும்மா விட மாட்டேன், அதே மாதிரி என் வாத்தியார் ஆசையையும் நான் நிறைவேத்தனும் அதுக்கு

நான் திரும்ப பிறக்கணும், உனக்கு நான் மகனா பிறக்கிறேன் என்னை என் இலக்கை அடைய நீ தான் உதவி செய்யணும்"

இது தான் தினமும் அவள் கனவில் வந்தது, பொன்னிக்கு மிகவும் ஆச்சிரியம் மற்றும் பயமும், இப்படியெல்லாம் நிஜமாவே நடக்குமா என்று ஏகப்பட்ட குழப்பங்கள் வேறு, அவள் எட்டு மாதத்தில் குறை பிரசவத்தில் ஓர் ஆண் குழந்தையை பெற்றாள். இப்போது அவளுக்கு அவள் கனவு பலித்து விடுமோ என்ற எண்ணம் வர தொடங்கியது, அவள் மகனுக்கு சிலம்பரசன் என்று பெயர் சூட்டினாள்.

நாட்டாமை மகள் என்பதாலும் பொன்னியின் கணவன் ராமேஸ்வரத்தில் ராமநாத ஸ்வாமி கோவிலில் பணிபுரியும் அர்ச்சகர் என்பதாலும் காசு பணத்திற்கு குறைவில்லாமல் இருந்தது. செல்வந்தர் வீட்டில் மீண்டும் பிறந்தான் பூவரசு இப்போது சிலம்பரசனாக.

சிலம்பரசன் வளர வளர பொன்னிக்கு தான் ஆர்வம் அதிகமா இருந்தது, ஐந்து வருடம் ஓடி விட்டது சிலம்பரசன் நன்றாக பேச தொடங்கியிருந்தான் அவனுக்கு பழைய ஞாபகங்கள் எதுவுமே இல்லை. பொன்னியும் அது கனவு மட்டுமே என்று எண்ணி மகனோடு நன்றாக வாழ தொடங்கியிருந்தாள்.

ஒரு நாள் மாலை நேரத்தில் தெருவில் சிலம்பரசன் விளையாடும்போது பக்கத்தில் கிரிக்கெட் விளையாடிய சிறுவர்களின் பந்து அவன் பின் மண்டையில் பட்டவுடன் அவன் மயங்கி விழுந்தான். அவனை மருத்துவமனைக்கு தூக்கி கொண்டு ஓடினார்கள், அவனை பரிசோதனை செய்து பார்த்த மருத்துவர், "பெரிய அடி ஏதும் இல்லை ஏதோ திடீர் அதிர்ச்சியால் மயங்கியிருக்கான் வேற ஒன்னும் இல்லை, பின்னால் மண்டையில் ஸ்கேன் செய்து பார்த்ததில் அவன் தலையில் எலும்பில் சற்று பள்ளமாக இருக்கு அது தெரியாத மாதிரி தோல் வளர்ந்திருக்கு அங்கே அடி பட்டதால் தான் அவனுக்கு மயக்கம் ஆகியிருக்கு, சிலருக்கு பிறப்பிலேயே இப்படி இருக்க வாய்ப்பு உண்டு, கவலை பட வேண்டாம் நீங்க வீட்டுக்கு கூட்டிட்டு போலாம்" என்றார்.

வீட்டுக்கு வந்த பிறகு கண் விழித்த சிலம்பரசனுக்கு பல நினைவுகள் வர தொடங்கின, ஒரு பக்கம் பொன்னி தன் அம்மா என்று தெரிகிறது, இன்னொரு பக்கம் பொன்னியை தோழியாகவும் தெரிய ஆரம்பிக்கிறது இதை சொல்லலாமா வேண்டாமா என்று ஒரே குழப்பம். மெல்ல கண்களை மூடி படுக்க அவனுக்கு எல்லா நினைவுகளும் ஐந்து வயதிலேயே வந்து விட்டது.

மெல்ல நாட்கள் செல்ல அவன் இதை பற்றி பேச தொடங்கினான்.

"அம்மா இது என் வீடு இல்லை, என் வீடு சின்ன குடிசை வீடு, அங்க தான் நானும் என் அம்மாவும் இருந்தோம். இது என் வீடு இல்லை என் ஊரு இல்லை, நான் என் ஊருக்கு போகணும்" என்று அடம் பிடிக்க தொடங்கினான்.

அவன் பேசுவதை கேட்டதும் பொன்னிக்கு சற்று ஆச்சிர்யமும் பயமும் தொற்றிக்கொண்டது, ஒரு வேலை கனவு பலிக்க ஆரம்பிச்சிருச்சா?. நம்ம ஊருக்கு கூட்டிட்டு போனால் ஏதாவது தெரிய வருமோ? சின்ன வயசில் அங்கே பல முறை போனாலும் ஏதும் இப்படி சொல்லலை இப்போ சொல்லிடுவானோ....அப்போ இந்த பிறவியிலும் அல்ப ஆயுசில் ஏதாவது விபரீதம் ஆச்சுன்னா என்று பயம் அதிகமானது. கணவனிடம் சொல்லவும் பயமாக இருந்தது.

கால போக்கில் சிலம்பரசனின் பேச்சுக்கள் எல்லாமே வித்யாசமாக இருந்தன, பழைய பூவரசுவின் ஞாபகங்கள் அவளுக்கு வந்து வந்து போயின. இனி பொறுக்க முடியாது என்று கணவனிடம் இதை சொல்ல அவருக்கும் ஆச்சிரியம்.

"கவலைப்படாதே பொன்னி நம்ம மகன் மறு அவதாரம் எடுத்து வந்திருக்கான் கடவுள் மாதிரி, எத்தனை பேருக்கு கிடைக்கும் இப்படி ஒரு பாக்கியம் இதை ஏன் நீ முன்னாடியே சொல்லலை, இதனால தான் உன் ஊருக்கு போக சொன்னால் வேண்டாம்னு சொன்னியா. ஒரு முறை போவோம் என்ன தான் நடக்குது பார்த்திருவோமே". கணவரின் பேச்சில் இன்னும் கலவரமானாள் பொன்னி. கனவாக இருக்கும்போது பெருசா தெரியலை நேரில்

நடக்கும்போது நெஞ்சம் திக் திக் என்று அடித்து கொண்டது.

இருந்தும் கணவன் சொல்வதை கேட்காமல் ஊருக்கு போகாமலேயே இருந்தாள் பொன்னி, இன்னும் ஒரு வருடம் ஓடி விட்டது, சிலம்பரசனுக்கு ஏழு வயது இன்னும் சில மாதத்தில் நிரம்ப இருந்தது. அப்பாவிற்கு உடம்பு முடியலைன்னு செய்தி வந்தது கணவருக்கோ வரமுடியாத சூழ்நிலை பொன்னியும், அவள் மகளும், சிலம்பரசனும் போயே ஆக வேண்டிய சூழ்நிலை. ஆண்டவன் மேல் பாரத்தை போட்டு பஸ் ஏறினாள் அமராவதி கிராமத்திற்கு.

அமராவதி கிராமத்தில் இறங்கியதும் சிலம்பரசன் மிகவும் குதூகலமானான், அவன் சந்தோஷத்திற்கு அளவே இல்லாமல் போனது. கிடு கிடு வென்று ஓட்ட மெடுத்தான்.

"பொன்னி இந்த தென்னந்தோப்பில் இளநீர் பறிச்சு மாட்டினோமே பஞ்சாயத்தில் ஞாபகம் இருக்கா....?" என்று சிலம்பரசன் கேட்டதும் தூக்கி வாரி போட்டது பொன்னிக்கு.

"என் வீடு இங்கே தானே இருந்துச்சு" என்று ஆர்வமாக தேடி போனான். அதே குடிசை வீட்டில் இன்னும் வயதாகி அன்னம்மா படுத்திருந்தாள். நேராக வீட்டுக்குள்ளே சென்றான்.

"அம்மா என்னை தெரியுதா நான் தான் பூவரசு" என்றான். அன்னமாவுக்கோ ஒன்றுமே புரியவில்லை, பின்னால் வந்த பொன்னியை பார்த்ததும் நலம் விசாரித்தபடி பேச தொடங்கினாள்.

"என்னமா பொன்னி உன் புள்ள கிட்டேயும் என் புள்ள பத்தி தான் பேச்சா நான் தான் பூவரசுன்னு சொல்றானே என்கிட்டே, நல்ல பொன்னுமா நீ"

பொன்னிக்கு என்ன பதில் சொல்வதென்று தெரியவில்லை அவனை அழைத்துக்கொண்டு அவள் வீட்டிற்கு சென்றாள். அங்கே நாட்டாமையை பார்த்தவுடன் இன்னும் குதூகலமானான்.

"இவர் தானே உன் அப்பா, என்னை எப்போ பாரு திட்டிகிட்டே இருப்பாரே என்று சொல்ல, வேலுசாமியோ என்னடா சொல்ற நீ, என் செல்ல பேரன் டா" என்று ஆசையாக பேச வந்தார்.

"இருங்க என் வாத்தியாரை பார்க்கணும் நான் வரேன்" என்று விறு விறுவென்று ஓடினான்.

வாத்தியார் வீடும் நன்றாக அவனுக்கு நினைவிருந்தது. அவர் வீட்டில் தச்சு வேலை செய்தபடி ஒருவர் இருக்க, நேராக உள்ளே சென்றான்.

"வாத்தியாரே....." என்றதும் அவன் கண் கலங்கியது.

குருநாதன் சற்று பருமன் ஆகி, முடி நரைத்து சற்று வயதான தோற்றத்தில் இருந்தார்.

"யாருப்பா நீ...?" என்றார், பின்னால் பொன்னி ஓடி வருவதை பார்த்ததும்.

"ஓ சிலம்பரசனா இப்போ தான் ஊருக்கு வழி தெரிஞ்சுதா தம்பி, ரொம்ப நாளா வரவேயில்லையே" என்று நலம் விசாரித்தார்.

"நான் சிலம்பரசன் தான், நான் தான் பூவரசும்" என்றதும் அவருக்கு ஒன்றும் விளங்கவில்லை.

"என்ன சின்ன புள்ள குழப்பறான்" என்று யோசிக்க. பொன்னி அவ்ளுக்கு வந்த கனவையும் அதன் பிறகு நடந்த சம்பவங்களையும் சொல்ல குருநாதனால் நம்ப முடியவில்லை நாட்டாமை வேலுச்சாமியும் இதை கேட்டப்பின் பிரம்மை பிடித்தது போல இருந்தார்.

சிலம்பரசனை சாப்பாடு போட்டு தூங்க வைத்து விட்டு அனைவரும் தனியாக பேச தொடங்கினர்.

"அய்யா சாமி உங்க பொண்ணு தான் எப்போவும் பூவரசு

கூட சுத்திட்டு இருப்பா, அவனை பற்றி அதிகமா மகன் கிட்டே சொன்னதில் அவனும் ஏதோ ஒரு ஆர்வத்தில் இப்படி பேசுறான், மறு ஜென்மம் பிறந்து வந்திருக்கான்னு சொல்றதுலாம் சுத்த பொய், என் பூவரசு போயிட்டான் அதோட என் கனவும் லட்சியமும் போயிடுச்சு, ஏதோ என்னை சந்தோஷ படுத்த இந்த மாதிரி பேச வெச்சிருக்கா உங்க மக" என்று கண்ணீருடன் கண்களை துடைத்தபடி நாட்டாமை வீட்டிலிருந்து வெளியே செல்ல கிளம்ப....

அவர் சட்டையை பின்னாலிருந்து பிடித்தான் சிலம்பரசன்.

"நான் தான் பூவரசு உங்க கனவை ஜெயிக்க தான் வந்திருக்கேன், எனக்கு சிலம்பு கத்து கொடு வாத்தியாரே" என்று பூவரசு போலவே கேட்க குருநாதன் மெய் சிலிர்த்து போனார்.

இதை நம்புவதா! வேண்டாமா என்று ஏகத்துக்கும் குழப்பம் வேறு, அவருக்கு காரைக்குடியில் தெரிந்த மருத்துவரிடம் நடந்தது பற்றி கூற அவர் மதுரையில் இதை பற்றி ஆராய்ச்சி செய்யும் ஒரு மருத்துவரிடம் பேச சொன்னார். அவர்களை தொடர்பு கொண்டு விஷயத்தை கூற அவர்கள் முகவரியை வாங்கிக்கொண்டு, இருவர் மதுரையிலிருந்து கிளம்பி வந்தனர்.

ஒருவர் தமிழர், ஒருவர் வெளி நாட்டை சேர்ந்தவர்.

"நான் டாக்டர் செங்குட்டுவன், மதுரையிலிருந்து வரேன், இவர் இயன் வாட்ஸன் இத்தாலி நாட்டை சேர்ந்த டாக்டர், பதினைந்து வருஷமாக இங்கே மதுரையில் தான் இருக்கார். தமிழ் ரொம்ப நல்லா தெரியும். மறு ஜென்மம் பற்றிய ஆய்வு செய்யுறது தான் இவர் வேலை. என் கிட்டே சொன்னதை இவரிடம் சொல்லுங்க".

"பொன்னியும், குருநாதனும், அன்னம்மாவும், வேலுச்சாமியும் பூவரசுக்கு நடந்தது முழுவதையும் சொல்ல, பூவரசு இறந்த நாள் அன்று மருத்துவமனையில் கொடுத்த ரிப்போர்ட், சிலம்பரசன் பிறந்த தேதி அவனுக்கு மருத்துவமனையில் அடிப்பட்டபோது கொடுத்த ரிப்போர்ட்

அனைத்தையும் ஆய்வு செய்து. சிலம்பரசனை ஊருக்குள் செல்லவிட்டு பூவரசு செய்ததையெல்லாம் ஒன்று விடாமல் அவன் சொல்ல அத்தனையும் உண்மை என்று கூறினர்.

அறிவியல் பூர்வமாகவும் அது உண்மை என்றே வந்தது, பின் மண்டையில் பலமாக அடிக்கப்பட்டு ரத்தம் கசிந்து பூவரசு இறந்தான், அதே பின் மண்டையில் ஒரு பள்ளம் போல சிலம்பரசனுக்கும் இருக்க, ஒரே வகை ரத்தமும் இருக்க இயன் வாட்ஸன் பூவரசு தான் மறுபிறவி எடுத்து சிலம்பரசனாக பிறந்திருக்கான் என்று உறுதி படுத்தினார்.

குருநாதனுக்கோ மிக மிக ஆச்சிரியம், "இதெல்லாம் நிஜமாவே சாத்தியமா வேற யாருக்காவது நடந்திருக்கா"

"நடந்திருக்கு ஒன்னு இல்லை, இதுவரை நான் இந்தியாவில் பார்த்தது மட்டுமே 14000 மறு ஜென்ம பிறப்புகள், இதை பற்றி நான் ஒரு புத்தகமே போட்டிருக்கேன். இது உண்மை. சென்ற ஜென்மத்தில் நிறைவேறாத ஒன்றை அடுத்த பிறவியில் நிறைவேற்றவே சிலர் பிறக்கிறாங்க. நீங்க சொல்றபடி இவனுக்கு சிலம்பம் சுத்துவதில் தான் ஆர்வமனா இப்போ நீங்க சொல்லி கொடுக்க ஆரம்பித்தால் சீக்கிரமே பெரிய அளவு வருவான், நிச்சயமாக" என்று உறுதியாக சொன்னார் இயன் வாட்சன் .

தொலைந்து போன ஒரு உயிர் மீண்டும் வந்தது போல ஒரு பேரானந்தம் குருநாதனுக்கு.

"ஏலே நான் இருக்கேன் டா, உனக்கு நான் சொல்லி தரேன் டா" என்று மார் தட்டி கொண்டார். அன்னம்மா சிலம்பரசனை கட்டி தழுவினாள்.

இனி அமராவதி கிராமத்திலேயே தங்கி படிக்க முடிவெடுத்தனர் பொன்னியின் கணவனும் அதற்கு சம்மதித்தான். மீண்டும் சிலம்பம் கையிலெடுத்தான் இப்போது சிலம்புக்கே அரசனாக.

ஏழு வயது முதல் இன்னும் ஆழமாக பாடம் கற்க தொடங்கினான், போட்டியில் சேர்வதற்கு குறைந்தபட்சம்

மாநில அளவில் போட்டி போட 13 வயதாவது ஆக வேண்டும். அது வரை எந்த ஒரு சின்ன போட்டியும் விட்டுவைக்கவில்லை, சிலம்பை சுற்றி சுற்றி வெற்றி வாகை சூடி வந்தான் சிலம்பரசன்.

இதை அறிந்த ஊர் மக்களும் ஆச்சிரியம் அடைந்தனர், அவனை முன் ஜென்மத்தில் கொன்றவர்கள் மட்டும் சும்மா விடுவார்களா என்ன? சிலம்பரசனை ஆரம்பத்திலேயே வீழ்த்த வேண்டுமென்று திட்டம் போட்டனர். அந்த ஊருக்குள் நடமாடும்போதே அவர்கள் முகத்தை பார்த்ததுமே அவனுக்கு அடையாளம் தெரிந்தது இவர்கள் தான் தன்னை கொல்ல வந்தவர்களென்று குருநாதனிடம் அவர்களை அடையாளம் காட்ட அவர் அவர்களை அடித்து துவம்சம் செய்தார் போலீஸிடம் ஒப்படைத்தார்.

வருடங்கள் ஓட தொடங்கியது, சிலம்பரசன் 13 வயதுக்கு வந்தான், மாவட்டம், மாநில அளவிலான போட்டியில் பங்கேற்க தொடங்கினான். முழு நேர பயிற்சியும், தீர்க்கமான முடிவும் எடுக்க கூடியவனாக ஆகியிருந்தான். அவன் கால் வைத்த இடத்திலெல்லாம் சிலம்பாட்டத்தில் வெற்றி மேல் வெற்றி வந்து சேர தொடங்கியது. குருநாதனின் பெரும் கனவான மாநில போட்டியிலும் ஜெயித்து அதையும் தாண்டி தேசிய அளவிலும் ஜெயித்து காட்டினான் சிலம்பரசன்!

வெற்றி கோப்பையை குருநாதன் கையில் கொடுத்து "என்னிக்குமே நீங்க தான் எனக்கு ஆசான்" என்று காலில் விழுந்து வணங்கினான். குருநாதன் மனம் நெகிழ்ந்து போனார். இனி சிலம்பரசன் சிலம்பாட்டத்தை அடுத்த கட்ட சர்வ தேச அளவிற்கு எடுத்து செல்லும் முயற்சியில் இறங்கினான். இனி என்றும் ஜெயமே!

9

வேற்று கிரகவாசி

நவம்பர் மாதம் இரவு பதினோரு மணி, நல்ல மழை பெய்து கொண்டிருந்தது.சாலையில் எங்கு திரும்பினாலும் தண்ணீர் ஓடி கொண்டிருந்தது.

அந்த தண்ணீரில் தத்தளித்து வீட்டிற்கு வந்து கொண்டிருந்தான் விஷால்.

"என்ன மழையோ எந்த நேரம் பார்த்தாலும் பேஞ்சிகிட்டே இருக்குது....எல்லோரும் வீட்டிலிருந்தே வேலை பார்த்தாலும் நம்ம பொழப்பு மாற மாட்டேங்குது....வேலையும் கிடைக்கலை வயித்து பொழப்புக்கு இன்ஜினியரிங் படிச்சிட்டு ஸ்விக்கில சுத்திகிட்டு இருக்கோம்..." விஷால் அலுத்து கொண்டான்.

அவனோடு பக்கத்திலேயே இன்னொரு வண்டியில் வந்த அவன் நண்பன் பாலாஜி கேட்டுக்கொண்டே வந்தான்.

"இன்னிக்கு எத்தனை டெலிவரி..."

"பதிமூணு ஆச்சு... மழைல, ஊரடங்குல எவனும் வெளியே வராம ஆர்டர் செய்திட்டு நல்லா உட்கார்ந்த இடத்திலேயே

சாப்பிடறாங்க....என்னிக்கு தான் ஒழியுமோ இந்த கொரோனா"

அந்த நேரம் பார்த்து வண்டியும் தண்ணீருக்குள் சென்று மக்கர் செய்ய தொடங்கியது.

"இது வேற நேரம்கெட்ட நேரத்துல பழி வாங்கும், ஏற்கனவே ராத்திரி பதினோரு மணியாச்சு இப்போ எந்த வண்டி கடையும் இருக்காதே"

மீண்டும் மீண்டும் உதைக்க மெதுவாக வண்டி கிளம்பியது. அவர்கள் சென்று கொண்டிருந்தது ஒரு ஏரி பக்கம், சாலை முழுதும் மூடியிருந்தது தண்ணீரில், சுற்றி எவரும் இல்லை. திடீரென ஒரு மின்னல் அடிக்க அந்த வெளிச்சத்தை கிழித்து கொண்டு ஒரு விண்கல தட்டு வந்து விழுந்தது.

"டேய் அங்கே பாரு ஏதோ விழுந்திருக்கு"

"ஆமாம் டா, என்னடா இது பெரிய சிடி மாதிரி இருக்கு" என்றான் விஷால்.

"இட்லி குண்டான் மாதிரி இருக்கு இதை போய் சிடி சொல்ற" என்று கலாய்த்தான் பாலாஜி.

"வா என்னதுன்னு பார்ப்போம்"

தண்ணீருக்குள் தத்தளித்து சென்று அதை இழுத்து வந்து திறக்க முயல, அதில் வெளிச்சம் அணைந்து அணைந்து வந்தது. திடீரென கதவு திறக்க உள்ளிருந்து நாலு அடியில் ஒரு வித்தியாச ஜந்து வெளியே விழுந்தது.

மொத்தமே நாலு அடி தான் என்பதால் தண்ணீருக்குள் மூழ்க பார்க்க இருவரும் தூக்கி எடுத்து ஓர் மரம் ஓரமாக ஒதுங்கினர்.

வெகுவாக மூச்சு வாங்கியது அந்த ஜந்துவுக்கு.

"டேய் என்னடா இது மனுஷன் மாதிரியே இருக்கான்

ஆனால் காது மட்டும் குதிரை காது மாதிரி இருக்கு, கண்ணு இவ்வளவு பெருசா இருக்கு மற்றது எல்லாம் மனுஷன் மாதிரியே இருக்கு" பாலாஜி ஆச்சிரியமாக பார்த்தான்.

"எங்கிருந்து வந்திருக்கும், இது விண்கல தட்டு டா, இது எப்படி நம்ம ஊருக்கு வந்துச்சு, இதையெல்லாம் ஹாலிவுட் படத்தில் தான் பார்த்திருக்கோம்" என்றான் விஷால்.

நன்கு மூச்சு வாங்கியபடி அந்த ஜந்து கண்ணை திறந்து பார்க்க இவர்கள் இருவரையும் பார்த்து பயந்து மரத்திற்கு பின்னால் சென்று எட்டி பார்த்தது.

"யார் நீங்க??" என்று தமிழில் பேசியது அந்த ஜந்து.

"இதோ பாருடா தமிழ்ல பேசுது....மொதல்ல நீ யாரு சொல்லு....."

"நான் நான் மங்கு, நீங்க ஏன் ஏதோ வேற்று கிரஹத்து ஜந்து மாதிரி இருக்கீங்க, நான் வழி மாதிரி இங்கே வந்துட்டேனா??"

"இங்க பாருடா நாம கேட்க வேண்டியதை இவன் கேக்குறான், நீ எங்கிருந்து வர, ஆளே வேற மாதிரி இருக்கியே, உனக்கு எப்படி தமிழ் தெரியும்?"

"தமிழ் நான் படிச்சது அதனால தெரியும், எங்கே என் வண்டி??"

"அது காலி, இனிமே தூக்கி தான் போடணும்"

"ஐயோ இப்போ எப்படி நான் என் உலகத்தில் என் ஊருக்கு போவேன்??"

"உன் உலகமா?? உன் ஊருக்கா? எந்த ஊரு?"

"மைசூர்"

"அட உங்க உலகத்திலும் மைசூர் இருக்கா? ஒரே ஒரு உலகம்

தானே இருக்கும் நீ என்ன புதுசா கதை விடுற??"

"யார் சொன்னா இங்கே பிரபஞ்சத்தில் ஏகப்பட்ட உலகம் இருக்கு எல்லா உலகத்திலும் இதே மாதிரி ஊரும் இருக்கு, மொழியும் இருக்கு. வாழ்க்கை முறை மட்டும் தான் வேற மாதிரி இருக்கும்"

"அட இங்கே பாருயா வேற உலகம்னு சொல்றான், தமிழ்ல பேசறான், மைசூர் போகனுன்னு சொல்றான், விசித்ரமா இருக்கே" விஷால் மிகவும் ஆச்சிர்யப்பட்டான்.

"எனக்கு பசிக்குது சாப்பிட ஏதாவது கிடைக்குமா?" மங்கு பசியோடு கேட்டான்.

"நீ என்ன சாப்பிடுவ தெரியாதே"

"சைவ உணவு எது கொடுத்தாலும் சாப்பிடுவேன்"

"சைவ உணவா எங்க வீட்டுக்கு வா அரிசி உப்புமா இருக்கும் தரேன்" என்றான் விஷால்.

"டேய் என்னடா சாப்பாடு கொடுக்கிறேன்னு பேச்சு வார்த்தை பண்ணிட்டிருக்க, இவனை எப்படி வீட்டுக்கு கூட்டிட்டு போவ, போலீஸ் பார்த்தால் நம்மளையும் சேர்த்து உள்ளே வெச்சிருவாங்க" எச்சரித்தான் பாலாஜி.

"நாம பாக்காத போலீசா, முதல் முறையா ஒரு வித்யாசமான ஜந்து நம்ம கண்ணில் பட்டிருக்கு, அதும் தமிழ்ல பேசுது, தமிழனுக்கு தமிழன் உதவி செய்ய வேணாமா, அப்புறம் அவன் உலகத்தை பத்தி நாமளும் தெரிஞ்சிப்போம், இவனை வெச்சே நியூஸ் கொடுத்து நாம பிரபலமாகிடலாம்" விஷால் புதிய கணக்குகளை அடுக்கிக்கொண்டே போனான்.

"இப்போ எப்படி டா போகிறது"

"என் வண்டியை இங்கெயே விடுவோம் எவனும் தூக்க மாட்டான், உன் வண்டியில் இவனையும் ஏத்தி நானும் ஏறிக்கிறேன், ரெயின் கோட் எடுத்து இவனை

மறைச்சிடுவோம் எப்படி ???" குதூகலமாய் சொன்னான் விஷால்.

"எதை நம்பி டா இவனை கூட்டிட்டு போக சொல்ற, அவன் நல்லவனா கெட்டவனா தெரியாது, இவனால் நமக்கு ஆபத்து வருமா தெரியாது??, ஏதாவது வம்பு ஆகிட போகுது??" பயந்தபடியே பாலாஜி பேசினான்.

"பயப்பட வேணாம் நான் ஏதும் செய்ய மாட்டேன், நான் என் உலகத்திலேர்ந்து இன்னொரு உலகம் அடிக்கடி பிரயாணம் செய்வேன் அப்படி போகும்போது இந்த மின்னல் அடிச்சு இந்த உலகத்தில் விழுந்துட்டேன், நீங்க சாப்பாடு கொடுத்தால் தான் எனக்கு மூளை வேலை செய்யும் அப்புறம் இங்கிருந்து எப்படி போகிறதுன்னு யோசிப்பேன்" மங்கு பரிதாபமாய் பேசினான்.

மங்குவை வண்டியில் ஏற்றி எப்படியோ வீட்டிற்கு கொண்டு வந்து சேர்த்தார்கள் விஷாலும், பாலாஜியும்.

அரிசி உப்புமாவை பார்த்ததும் அவர்களுக்கும் மிச்சம் வைக்காமல் மொத்தமாக சாப்பிட்டு முடித்தான் மங்கு.

"இன்னும் கொஞ்சம் இருக்குமா" மங்கு கேட்டான்.

"என்னது இன்னும் கொஞ்சமா எங்க சாப்பாட்டையும் சேர்த்து சாப்பிட்டு இன்னும்வேணும்னா கேக்குற" பாலாஜி முறைத்தான்.

"நாங்க பசி தாங்க மாட்டோம், ஒரு நாளைக்கு ஆறு வேலை சாப்பிடுவோம் அப்போ தான் ஆயிரம் வருஷம் நிம்மதியா வாழ முடியும்" என்று மங்கு சொல்ல.

வாயை பிளந்தனர் விஷாலும், பாலாஜியும்.

"என்னது ஆறு வேலை சாப்பிடுவீங்களா, ஆயிரம் வருஷம் வாழணுமா?? அதெப்படி முடியும்??" ஆச்சிர்யமாய் கேட்டான் விஷால்.

"எங்க உலகத்திலே நாங்க தப்பே செய்ய மாட்டோம், இயற்கை உணவை மட்டுமே சாப்பிடுவோம், அசைவம் சாப்பிட மாட்டோம், அயரமா உழைப்போம் அதான் இப்படி, ஏன் உங்க உலகத்திலே அப்படி இல்லையா?? உங்களை பார்த்தாலே தெரியுது மனுஷனுக்கு காதும், கண்ணும் தான் ரொம்ப முக்கியம் உங்களுக்கு இவ்ளோ சிறுசா இருக்கு அப்புறம் எப்படி?? நீங்களும் பார்க்க வயசானகவங்க மாதிரி தெரியுறீங்க...."நக்கலாய் பேசியது மங்கு.

"என்னது வயசானவங்களா, ஒய் எங்களுக்கு 27 வயசு தான் இள ரத்தம் தெரியுமா....!!" பாலாஜி கர்ஜித்தான்.

மங்கு விழுந்து விழுந்து சிரித்தான்....!

"பொடி பசங்களா நீங்க எனக்கு குழந்தை மாதிரி, எனக்கு வயசு 175. நான் தான் எங்க வீட்டில் கடைக்குட்டி, எங்க மூத்த அண்ணனுக்கு 802 வயசு"

என்னது....தலை சுத்துதே...எப்படி எப்படி இவ்ளோ வருஷம் இருக்கீங்க?? இருவரும் கோரஸாக கேட்டனர்.

"எங்க உலகத்திலே மொத்தம் ஆறே நாடு தான், ஆறு நாட்டுக்கும் சேர்த்து பன்னிரெண்டு ஊரு தான், நான் இருக்கிறது இந்திய நாட்டில் எங்க நாட்டில் இரண்டே ஊரு ஒன்னு மைசூரு இன்னொன்னு சென்னை, விவசாயம் தான் எங்க தொழில், தமிழ் தான் எங்க மொழி, எங்க பொருளை எடுத்திட்டு போய் இன்னொரு உலகத்திலே இருக்கும் மக்களுக்கு விப்போம், எங்க உலகத்தில் எல்லோருமே நாலு அடி தான், இன்னொரு உலகம் போவோம்னு சொன்னேன்ல அங்கே எல்லோருமே பதினோரு அடி, எல்லோருக்கும் உதவியாகவும், நல்லவனாகவும் இருக்கிறது தான் எங்க வாழ்க்கையே"

"அப்போ உங்க உலகத்திலே யாருமே தப்பு பண்ண மாட்டாங்களா??"

"ஆமாம் தப்பு செய்ய மாட்டாங்க"

"நிஜமாவா சொல்ற அடுத்தவன் காசுக்கு ஆசை படமாட்டங்களா?? பொம்பளைங்களுக்கு கொடுமை செய்ய மாட்டாங்களா, ஏமாத்தமாட்டாங்களா?? திருட மாட்டாங்களா? வியாதியே வராதா??"

"ஓஹோ இப்படியெல்லாம் நடக்குமா உங்க உலகத்துல??" ஆச்சிர்யமாய் கேட்டது மங்கு.

"இப்படியெல்லாம் நடக்குமாவா? இதெல்லாம் இல்லாமையா 175 வயசு வாழ்ந்திட்டு இருக்கே? வயசாகி வியாதியும் வரலைனா எப்போ தான் சாவீங்க"

"ஓ அதுவா எங்க உலகத்துல இயற்கையை போற்றி வருவதால எங்களுக்கு இயற்கை அழிவே கிடையாது, இயற்கை எங்களுக்கு எல்லாமே கொடுக்கும், நாங்களும் அதுக்கு மரியாதை கொடுப்போம், தினமும் இரண்டு மணி நேரம் கண்டிப்பாக மழை பெய்யும், ஒரு சில மாசம் கூடுதலா இருக்கும் அவ்ளோ தான், எல்லாமே சரியாக இருந்ததுனால எங்களுக்கு இறப்பே இருக்காது" மங்கு அசால்ட்டாக சொல்ல...

விஷாலும், பாலாஜியும் திரு திருவென முழித்தனர்.

"சாகவே மாட்டிங்களா அப்போ ஜனதொகை ஏறிடுமே..."

"சாகுறதுக்கு ஒரு விஷயம் இருக்கு, எங்க எல்லோருக்குமே அடுத்தவங்க மனசில் என்ன நினைச்சாலும் அது தெரிஞ்சிடும், நான் யாரையாவது தப்பாக நினைச்சா அவங்களுக்கு அது தெரிஞ்சிடும் அவங்க உடனே அரசவைல சொல்லிடுவாங்க, காவலாளி வந்து வெட்டி போட்டிருவாங்க, அவ்ளோ தான் கதை முடிஞ்சிரும். மறுபடியும் பிறந்து தான் வரணும். இங்கே இந்த உலகத்தில் செத்தா அடுத்த உலகத்தில் உயரமான மனிதனா பிறப்போம் அங்கேயும் இப்படி தான், இப்படி இரண்டு உலகமும் மாறி மாறி வாழுறது தான் எங்க வாழ்க்கை."

"அடுத்தவங்க மனசில் என்ன நினைச்சாலும் உங்களுக்கு

தெரிஞ்சிடுமா.... போச்சுடா இது போதுமே ஜனத்தொகையை குறைக்க என்னிக்கும் அடுத்தவனை பத்தின தப்பான சிந்தனை தானே இங்கே நிறைய பேருக்கு.... இருக்கும்" பாலாஜி உண்மையை போட்டு உடைதான்.

"என்ன...அப்படியா சொல்றீங்க அப்போ இங்கே இந்த உலகத்திலே தப்பு செய்தால் தண்டனை கிடையாதா..."ஆச்சிர்யமாய் கேட்டான் மங்கு.

"அடுத்தவனுக்கு தெரியாத வரைக்கும் எந்த தப்பு செய்தாலும் தண்டனை கம்மி தான், அப்படியே தெரிஞ்சாலும் யாராவது இளிச்ச வாயனை பலி ஆகிடலாம், புகை, மது, மாது, உணவு, திருட்டு, நோய் இப்படி நிறைய கெட்ட விஷயம் உண்டு இங்கே, அதையெல்லாம் தாண்டி நல்லவனாய் வாழுறது இங்கே பெரிய போராட்டம் தான். நல்லவனுக்கு மதிப்பு ரொம்ப கம்மி இந்த உலகத்திலே. இங்கே எல்லோரும் எவ்ளோ வருஷம் இருப்பாங்கன்னு அவங்களுக்கே தெரியாது"

"அடடா உங்களுக்கு நல்லவனா வாழ விருப்பமா, எங்க உலகத்துக்கு வாங்களேன், நீங்க சந்தோஷமா நிறைய வருஷம் இருக்கலாம். நான் கொஞ்சம் வருஷம் இங்கே வாழ்ந்திட்டு போகவா?? ரொம்ப நாளா நல்லவனாவே இருந்து சலிப்பா இருக்கு"

"அடப்பாவி மனுஷா எங்களை அங்கே அனுப்பிட்டு, நீ இங்கே வரலாம்னு பாக்குறயா, நல்லதோ, கெட்டதோ எது அதிகமா இருந்தாலும் திகட்டி தான் போகுதுல, இதான் மனுஷ பய புத்தி போல இருக்கு என்ன டிசைனோ?? இங்கே வந்தா உன்னை இரண்டே நாளில் கொன்னுடுவாங்க பரவாயில்லையா??"

"ஐயோ வேண்டாம் வேண்டாம், நான் நல்லவனாவே வாழ்ந்திட்டு போறேன், என் உலகத்தில் இருக்கும்போது இந்த நினைப்பு கூட வந்தது இல்லே, இங்கே வந்த கொஞ்சம் நேரத்தில் இப்படி என்னையும் மாத்திட்டீங்களே??!!" மங்கு உஷாரானான்!

"திரும்ப எப்படி உன் உலகத்துக்கு போவ, உன் வண்டியும் உடைஞ்சிருச்சே, ஐயோ அதை எடுக்காம வந்துட்டோமே...."பாலாஜி தலையில் அடித்து கொண்டான்.

"கவலைப்படாதீங்க அது தானாக மறைஞ்சிடும், எல்லோரும் நல்லவனா இருக்கிற உலகத்திலே நாமும் நல்லவனா இருக்கிறதில் என்ன பெருமை இருக்கு?, கெட்ட உலகத்திலும் அடுத்தவங்களுக்காக வாழும் நல்ல உள்ளம் படைத்த மனுஷங்களை பார்க்கும் போது ரொம்ப சந்தோஷமாவே இருக்கு. வேற்று கிரஹ மனுஷனாலும் எனக்கும் உதவி செய்ய வந்த உங்க மனசு தான் தங்கம். நீங்க இப்படியே இருங்க, உங்களுக்கு என்ன வேணும் கேளுங்க நான் தரேன்...."

"அட கடவுளா நீ வரம் தர போறியா?? ஐயோ கையும் ஓடலை, காலும் ஓடலை என்ன கேக்குறதுனே தெரியலையே...." இருவரும் பரபரத்தனர்.

"பணம், காசு தரமாட்டேன், என் ஆயுளில் இன்னும் 75 வருஷம் உங்களுக்கு தரேன், நல்ல ஆரோக்கியமா இருந்து பிழைச்சுக்கோங்க, பரிசு கொடுத்தா சோம்பேறி ஆகிடுவீங்க அப்புறம் உழைக்க மாடீங்க"

"அடப்பாவி மனுஷா இப்படி ஆசை காட்டி மோசம் பண்ணிட்டியே.....உன்னை...." என்று அவனை அடிக்க ஓட, வேகமாக ஒரு விண்கல தட்டு வந்து மங்குவை தூக்கி சென்றது.

அன்றிரவு தூங்காமல் இதை பற்றியே சிந்தித்து கொண்டிருந்தனர் விஷாலும், பாலாஜியும்.

"மங்கு சொன்னது உண்மை தான் உடல் ஆரோக்கியம் மட்டும் இருந்தா போதும் நாமளே எல்லாத்தையும் சாதிக்கலாம், யாரையும் கை ஏந்த வேண்டாம், இனி புதுசா பிறப்போம்!! எல்லோருக்கும் நல்லவனாய் வாழ்வோம்" என்று உறுதியோடு உறங்கி போயினர்! இனி அவர்கள் வாழ்வில் புதிய லட்சியம் பிறக்க போவது உறுதி.

10

சுஜிதாவின் பரிதவிப்பு

சுஜிதா துபாயில் வேலை பார்ப்பவள் அங்கு வந்து மூன்று மாதம் ஆக போகிறது, வரும்போது அவள் மூன்று வயது குழந்தை அகிராவையும் அவள் தங்கை சுகிதாவையும் துபாய்க்கு அழைத்து வந்திருந்தாள்.

அன்று மே 29,2017 சுஜிதா அவள் கணவன் ரஞ்சித்தை அலைபேசியில் அழைக்க அவன் எடுக்கவில்லை. அடுத்து சில மணி நேரம் விட்டு அழைத்தபோது அவன் அலைபேசி சுவிட்ச் ஆப் என்று வந்தது. மீண்டும் மீண்டும் முயற்சி செய்ய அதே மெசேஜ். சுஜிதா சற்று பதட்டமானாள்.

***சுஜிதா**: மாமா போன் ஆப் ஆகியிருக்கு எங்கே போனாரு தெரியலை.*

***சுகிதா**: அவரே கூப்பிடுவாரு, சார்ஜ் இல்லாமல் இருக்கும். நிறைய வேலை இருக்குல்ல. நாம வந்துட்டோம் அவர் மட்டும் தனியா வேலை பார்க்க எவ்ளோ வேலை கொடுத்திட்டு வந்திருக்க. அதுக்காக எங்கேயாவது அலைஞ்சிட்டு இருப்பாரு.*

சுஜிதா: அதெல்லாம் சரி தான் எல்லா வேலையும் முடிஞ்சதும் சொல்றேன்னு சொன்னாரு. சாயுங்காலம் 5 மணிக்கு பேசினேன், அப்புறம் கூப்பிடவே இல்லை.

சுகிதா: கூப்பிடுவாரு அக்கா விடுங்க, படுங்க.

சுஜிதாக்கு ஏனோ தூக்கம் வரவில்லை அவள் மனம் ரஞ்சித்தை நினைத்து பரிதவித்தது.

அடுத்த நாள் விடிந்தது இப்போதும் எழுந்தவுடன் ரஞ்சித்தை அழைக்க மொபைல் சுவிட்ச் ஆப் என்றே வந்தது, சுஜிதா பதட்டம் அதிகமானது சென்னையில் அவளுக்கு தெரிந்தவர் அவள் பக்கத்து வீட்டு ராஜு மாமாவும், சுமதி மாமியும் மட்டுமே.அவர்களை அழைத்தாள்.

ராஜு: ஹலோ யார் பேசறது?.

சுஜிதா: மாமா நான் சுஜிதா துபாயிலேர்ந்து பேசறேன்.

ராஜு: சொல்லுமா எப்படி இருக்க, நல்லபடியாக செட்டில் ஆகிட்ட போல, ரஞ்சித் வந்த பிறகு உனக்கு பெரிய பாரம் குறையும், தனியா கை குழந்தையும், வயசு பொண்ணும் வெச்சிண்டு கஷ்டம் தான் உனக்கு.

சுஜிதா: நான் நல்லா இருக்கேன், ஒரு உதவி, என் ஆத்துகார் போன் சுவிட்ச் ஆப் அப்பிடினே வருது, நேத்து சாயுங்காலம் முதல் இப்படி தான் இருக்கு, என்னாச்சு தெரியலை, கொஞ்சம் போன் அவர்கிட்ட கொடுக்கமுடியுமா.

ராஜு: அவ்ளோ தானே இரு, தோ கொடுக்கறேன்.

பக்கத்து வீடு சென்று பார்த்தார்...

ராஜு: வீடு பூட்டியிருக்கேம்மா. வண்டியும் இல்லை. எங்கேயாவது வெளிய போயிருப்பான்னு நினைக்கிறேன்.

சுஜிதா: வண்டி போன வாரம் வித்தாச்சு. எங்கே போறேன்னு ஏதாவது சொன்னாரா.

ராஜு: இல்லையேமா, நான் நேத்து ஈவினிங் ஷோ சினிமா போயிட்டேன், ராத்திரி வந்து படுத்தாச்சு, அவனை பார்க்கவேயில்லை. இன்னிக்கி உங்க வீடு ரெஜிஸ்டரேஷன் சொன்னான் அதுக்கு போயிருப்பானோ.

சுஜிதா: அது 11 மணிக்கு தான், இப்போ 8 மணி தானே ஆகுது எங்கே போனாரு தெரியலை. அங்கே விசாரிச்சு பார்த்திட்டு கூப்பிட முடியுமா.

ராஜு: சரி நான் கூப்பிடறேன். நீ கவலைப்படாதே.

நேரம் மதியம் வரை ஆகிவிட்டது எந்த தகவலும் இல்லை. ராஜு சுஜிதாவை அழைத்தார்.

ராஜு: இப்போ வரைக்கும் வரலை, எங்கே போனான் தெரியலை. நாளைக்கு ராத்திரி துபாய் போகணும்னு சொன்னான். எந்த ரெஜிஸ்டரேஷன் ஆபீஸ் சொல்லு நான் அங்கே விசாரிக்கிறேன்.

சுஜிதா: விருகம்பாக்கம் ரெஜிஸ்டரேஷன் ஆபீஸ்.

சிறிது நேரத்தில் அங்கே நேரில் சென்று பார்த்துவிட்டு அங்கிருந்து அழைத்தார்.

ராஜு: இங்கே ரெஜிஸ்டரேஷன் பண்ண வராலயமே, வேற எங்கே போயிருப்பான். உங்க வீடு வாங்க வந்த பையர் யாரு அவங்க போன் நம்பர் இருக்குமா. கொடு அங்கேயும் விசாரிக்கிறேன்.

சுஜிதா நம்பர் அனுப்ப அவரை அழைக்க எதிர்முனையில் தகவல் சொன்னார்கள்.

ராஜு: சுஜிதா நான் அந்த நம்பர் கூப்பிட்டேன் அவர் எடுக்கலை அவர் சொந்தக்காரன் தான் எடுத்தான், அவரோட அப்பா தவறிட்டாராம் அதனால நாகர்கோயில் போயிருக்காங்கன்னு சொன்னாங்க. அதனால ரெஜிஸ்டரேஷன் கான்செல் பண்ணிட்டதா சொன்னார்.

சுஜிதா: ஐயோ கான்செல் ஆகிருச்சா இவர் நாளைக்கு துபாய் வரணும், இப்போ எங்கே போனாருன்னே தெரியலையே.

ராஜு: நீ பதட்டப்படாத, இன்னும் ஒரு மணி நேரம் பார்ப்போம் ஏதும் தகவல் இல்லைனா போலீஸ் கம்பளைண்ட் கொடுப்போம்.

சுஜிதா: போலீஸ் எதுக்கு மாமா?.

ராஜு: நேத்து சாயுங்காலம் முதல் காணோம் சொல்ற இப்போவரை எங்கேன்னு தெரியலை வேற என்ன பண்றது.

சுஜிதா: நான் டிக்கெட் போட்டு கிளம்பி வந்துடவா.

ராஜு: பதட்டப்படாத, நீ எல்லோரையும் கூட்டிகிட்டு வரணும் இப்போ தானே அங்கே போன. போலீஸ்க்கு சொல்லிட்டு இன்னிக்கி ராத்திரி வரை பாக்குறேன் அப்புறம் நீ வரணுமா வேணாமா சொல்றேன்.

அடுத்த ஒரு மணி நேரத்தில் ராஜு விருகம்பாக்கம் காவல் நிலையத்தில் ரஞ்சித் காணாமல் போனதை பற்றிய தகவல் கொடுத்தார்.

விருகம்பாக்கம் இன்ஸ்பெக்டர் ரமேஷ் தலைமையில் தேடுதல் வேட்டை தொடங்கியது. அவர்கள் வீட்டிற்கு வந்து போலீஸ் பூட்டை உடைத்தனர்.உள்ளே ஊருக்கு செல்ல பெட்டி படுக்கை அடுக்கிவைத்தபடி இருந்தது.

அடுத்த நாள் விடிந்தும் ரஞ்சித் வரவில்லை, சுஜிதா இனி தாமதிக்க கூடாது என்று துபாயிலிருந்து அன்று மதிய விமானத்தில் புறப்பட்டாள்.

அவள் வீட்டிற்கு வந்து சேர ராஜுவும் அவர்களை உள்ளே அழைத்து போலீஸ் வந்துவிட்டு போனதை கூறினார். இப்போ வருவாங்க விசாரிக்க என்றார்.

சிறிது நேரத்தில் போலீஸ் ஜீப் வந்தது, கதவை திறந்த

சுஜிதாவிற்கு சற்று அதிர்ச்சி. சுஜிதாவை பார்த்ததும் ரமேஷ் சற்று அதிர்ச்சியானான், சில வருடங்களுக்கு முன்பு ரமேஷுக்கும் சுஜிதாவிற்கும் கும்பகோணத்தில் திருமணம் நிச்சயிக்க, திருமண நாளுக்கு இரண்டு நாள் முன்பு காதலித்த ரஞ்சித்துடன் ஓடி வந்து விட்டாள் அதற்கு பிறகு அவளை இன்று தான் பார்க்கிறான்.

சுஜிதாவும் அவனை பார்த்த அதிர்ச்சியை வெளியில் காட்டி கொள்ளாமல் அழுதபடி உள்ளே வந்தாள்.

ரமேஷ் அவர்கள் வீட்டை மீண்டும் ஒரு முறை சுற்றி பார்த்தான்.

ரமேஷ்: சுஜிதா நீ சொல்ற தகவல் வைத்து தான் நாங்க அடுத்து என்ன செய்யணும்னு யோசிக்கணும். இங்கே எவ்ளோ நாளா இருக்கே?. எப்போலேந்து ரஞ்சித் காணோம், கடைசியா என்ன பேசினார். எல்லா தகவலும் சொல்லு.

சுஜிதா: நாங்க கல்யாணம் செய்த நாள் முதல் இங்கே தான் குடித்தனம் இருக்கோம், எங்க வாழ்க்கை நல்லாதான் போயிட்டு இருந்துச்சு, எங்களுக்கு ஒரு பொண்ணு இருக்கா அகிரா. வளசரவாக்கத்தில் ஒரு வீடு வாங்கியிருந்தோம், செலவு கட்டுப்படியாகாதுன்னு நானும் வேலைக்கு போனேன். எனக்கு துபாய்க்கு வேலை மாற்றம் ஆச்சு. இங்கே இருக்க வேணாம் மொத்தமா குடும்பத்தோட அங்கே போகலாம்னு முடிவு பண்ணோம், அந்த வீட்டை விற்க ஏற்பாடு செஞ்சிருந்தோம், இன்னிக்கு ரெஜிஸ்டரேஷன் பண்ணனும், லோன் மூலமாக தான் வீடு வாங்கினோம், கொஞ்சம் பணம் மட்டுமே நாங்க போட்டது அதை மட்டும் வாங்கிட்டு பாங்கில் போட்டுட்டு நாளை ராத்திரி துபாய் வருவதாக சொன்னார் ரஞ்சித்.

ரமேஷ்: உங்க எல்லோருக்கும் விசா கிடைச்சாச்சா.

சுஜிதா: எனக்கு 5 வருஷத்துக்கு வேலை செய்ய விசா கொடுத்துட்டாங்க, என் பொண்ணுக்கும் கொடுத்துட்டாங்க. ரஞ்சித்துக்கு இப்போ தான் ஒரு பேங்க் வேலை கிடைச்சிருக்கு விசா வந்தாச்சு.

ரமேஷ்: இது உன் தங்கை தானே. இவள் இங்கே என்ன பண்ணுறா.

சுஜிதா: என் அப்பாவும், அம்மாவும் இறந்துட்டாங்க இவள் என்னோடு தான் இருக்கா, + 2 முடிச்சிட்டாள் கல்லூரி துபாயில் சேர்க்க அவளுக்கு இப்போதைக்கு மூணு மாச சுற்றுலா விசா எடுத்திருக்கேன்.

ரமேஷ்: கடைசியாக அவரோட பேசும்போது ரஞ்சித் என்ன சொன்னார்.

சுஜிதா: எல்லா வேலையும் முடிச்சிட்டேன், ராத்திரி மளிகை சாமான் மட்டும் வாங்கி எடுத்து வைக்கனும் அதுக்கு பிறகு கூப்பிடறேன்னு சொன்னாரு அவ்ளோ தான்.

ரமேஷ் சைபர் செல் படைக்கு ரஞ்சித் நம்பர் கொடுத்து தேட சொன்னான்.

சிறிது நேரத்தில் தகவல் வந்தது, இரண்டு நாளைக்கு முன்பு கடைசியாக வந்த நம்பர் என்று ஒன்றை தந்தனர், அதற்கு முந்திய கால் துபாய் நம்பர்.கடைசியாக ஏழு மணிக்கு போரூரில் ஆப் ஆகியிருக்கு.

ரமேஷ்: இது உன் நம்பர் தானே, இது யார் நம்பர் தெரியுமா.

சுஜிதா: இது என் துபாய் நம்பர், இது எங்க வீடு வாங்கறேன்னு சொன்னவர் அவர் பெயர் ஜோசப்.

ரமேஷ் ஜோசப் நம்பருக்கு அழைத்தான்.

ரமேஷ்: ஹலோ ஜோசப்

ஜோசப்: சொல்லுங்க யார் பேசறது?.

ரமேஷ்: நான் விருகம்பாக்கம் இன்ஸ்பெக்டர் பேசறேன், ரஞ்சித் உங்களுக்கு தெரியும் இல்லையா, இன்னிக்கு வீடு ரெஜிஸ்டரேஷன் செய்றதா சொன்னீங்க.

ஜோசப்: *(சற்று தடுமாறியபடி)* சார் எங்க அப்பா தவறிட்டாரு சார், நான் நகர்க்கோயில் வந்திருக்கேன். வேற நாள் ரெஜிஸ்டரேஷன் பண்ணிக்கலாம்னு அவர்கிட்ட சொல்லிட்டேன்.

ரமேஷ்: என்னிக்கு சொன்னீங்க.

ஜோசப்: இரண்டு நாள் முன்னாடி மாலை ஐந்தரை மணி இருக்கும் சார்.

ரமேஷ்: அவர் என்ன சொன்னாரு?.

ஜோசப்: சரி வேற நாள் பார்ப்போம்னு மட்டும் சொன்னாரு.

ரமேஷ்: அவர் மிஸ்ஸிங் அவரை பற்றிய தகவல் ஏதாவது தெரிஞ்சா இந்த நம்பர் கூப்பிடுங்க.

ஜோசப்: என்னாச்சு சார் அவருக்கு.

ரமேஷ்: தேடிட்டு இருக்கோம்.

ரமேஷ் ஜோசப் நம்பர் சைபர் செல் மூலம் வேவு பார்த்தான், கடைசியா பேசிய அழைப்பு நாகர்கோயில் என்று சரியாக காட்டியது. நகர்க்கோயில் போலீஸ் மூலம் அவர் வீட்டில் ஏதாவது இறப்பு செய்தி இருக்கிறதா என்று பார்க்க சொன்னார்.

ரமேஷ்: உனக்கு யார் மேலயாவது சந்தேகம் இருக்கா?.

சுஜிதா: அப்படி ஏதும் இல்லை. அவர் ரொம்ப நல்லவர், எங்கேயும் அனாவசியமா சுத்தமாட்டார். நண்பர்கள் கூட்டம் கூட கம்மி தான். எங்கே போனாலும் எப்போ வருவேன்னு சொல்லிடுவார். இதான் முதல் முறை இப்படி ஆகியிருக்கு.

ரமேஷ் அந்த வீட்டை விட்டு வெளியே வந்தான்.

ரமேஷ்: இந்த தெருவில் கேமரா எங்கேயும் இல்லையா?.

சுஜிதா: இல்லை, இது சின்ன தெரு தானே.அதான் இல்லை.

ரமேஷ்: இங்கிருந்து முக்கிய சாலைல கேமரா இருக்கா பாருங்க.

போலீஸ் படை அதை விசாரிக்க கிளம்பியது.

ரமேஷ்: கவலைப்படாதே எப்படியும் கண்டுபிடிச்சிடலாம், ஏதாவது ஒரு கேமராவில் சிக்கியிருக்கும். நீ 5 மணிக்கு கூப்பிட்டபோது வீட்டில் தான் இருந்தாரா. அடுத்து எப்போ கூப்பிட்ட?

சுஜிதா: ஆமாம். இரண்டு மணி நேரம் கழிச்சு.

ரமேஷ்: 5 மணிக்கு வீட்டில் இருந்தவர் மொபைல் 7 மணிக்கு போரூரில் ஆப் ஆகியிருக்கு. சார்ஜ் இல்லாமல் போனாலும் இந்நேரம் வந்திருக்கணும். ஐந்தரை மணிக்கு ஜோசப் பேசியிருக்கார் அதுக்கு அப்புறம் எங்கே போனார், என்ன ஆனார் தெரியலை. அவர் ஆபீஸ் நம்பர் கொடு, அவங்க ஆபீஸ் நண்பர்கள் நம்பர் கொடு.

சுஜிதா அவளுக்கு தெரிந்த நண்பர் ஒருவர் நம்பர் கொடுத்தாள். ரமேஷ் அந்த காப்பீடு ஆபீஸ் சென்று விசாரித்தான். அங்கே கோவிந்தசாமி ரஞ்சித்தின் ஒரே நண்பன்.

கோவிந்தசாமி: சார் நாம தனியா பேசுவோமா இங்கே வேணாம்.

ரமேஷ் கோவிந்தசாமியை பக்கத்தில் உள்ள ஒரு ஹோட்டலுக்கு அழைத்து சென்றான்.

ரமேஷ்: சொல்லுங்க உங்களுக்கு ஏதாவது தெரியுமா ரஞ்சித் பற்றி.

கோவிந்தசாமி: சார் இங்கே பீஸ் உள்ளே நிறைய பாலிடிக்ஸ் உண்டு சார். அனுபவப்படி ரஞ்சித் தான் அடுத்த சீனியர்

மேனேஜர் ஆகணும், அவனுக்கும் விஸ்வேஸ்வரனுக்கும் எப்போதும் ஒரு போட்டி இருக்கும். எல்லா தடவையும் ரஞ்சித் தான் சிறப்பாக வேலை செய்யுறார்னு எங்க முதலாளி சொல்லுவாரு. பதவிக்காக என்ன வேணாலும் பண்ணக்கூடியவர் சார் அந்த விஸ்வேஸ்வரன். ரஞ்சித்துக்கு கண்டிப்பாக தெரியும் அவருக்கு தான் ப்ரோமோஷன் தருவாங்கன்னு அவரே போனால் போகட்டும்னு விட்டு கொடுத்து வேலையை விட்டு போறேன்னு சொல்லிட்டாரு.ஆனாலும் அது அந்த விஸ்வேஸ்வரனுக்கு பொறுக்கலை அவன் என்ன எனக்கு பிச்சை போடறானான்னு கத்திட்டு இருந்தாரு அன்னிக்கு.

ரமேஷ்: ரஞ்சித் எங்கே வேலைக்கு சேர போறார் தெரியுமா.

கோவிந்தசாமி: தெரியலை அதை மட்டும் அவன் சொல்லவே இல்லை ரகசியமாகவே வெச்சிருந்தான்.

ரமேஷ்: அந்த விஸ்வேஸ்வரன் இப்போ இருக்காரா.

கோவிந்தசாமி: இரண்டு நாள் ஆச்சு ஆபீஸ் வரலை.

ரமேஷ்: அவர் வீடு எங்கே தெரியுமா.

கோவிந்தசாமி: போரூர் சார், நான் முகவரி தரேன்.

சிறிது நேரத்தில் கான்ஸ்டபிள் ரமேஷை அழைத்தார்....

கான்ஸ்டபிள்: சார் அந்த மெயின் ரோடு கேமரா பார்த்துட்டோம், சுஜிதா மேடம்கிட்ட காட்டினோம், சரியாக மாலை 5.45 மணிக்கு வெளிய நடந்து வந்து அங்கே பஸ் ஸ்டாப் நின்னிருக்கார், போரூர் பஸ் ஏறியிருக்கார்.

ரமேஷ் திட்டவட்டமாக முடிவெடுத்தான், ஆபீஸ் பழைய பகையில் ஏதோ ரஞ்சித்துக்கும், விஸ்வேஸ்வரனுக்கும் நடந்திருக்கு விஸ்வேஸ்வரனை விசாரித்தால் எல்லாமே தெரிந்துவிடும் என்று முடிவு செய்தான். போரூர் பஸ், விஸ்வேஸ்வரன் அந்த நாள் முதல் லீவு எல்லாமே ஏதோ சரியாக ஒன்று சேர்ந்தது.

ஜீப் எடுத்து கிளம்பிய நேரத்தில் அவசர தகவல் ஒன்று வந்தது, ரமேஷ் ஜீப் போரூர் ஏரிக்கு பறந்தது.

அங்கே ஒரே கூட்டம், போலீஸ் விரட்டியபடி இருந்தனர்.

ரமேஷ்: என்னாச்சு யா.

கான்ஸ்டபிள்: சார் சடலம் கிடைச்சிருக்கு, ரஞ்சித் தான் போட்டோ பாத்து உறுதி படுத்திட்டோம்.

ரமேஷ் சற்று நொந்து போனான், கனத்த இதயத்துடன் சுஜிதாவிற்கு தகவல் சொன்னான். மருத்துவமனைக்கு பிரேத பரிசோதனைக்கு அனுப்பப்பட்டது அவனது உடல்.

மருத்துவமனையில் வந்து கதறி அழுதாள் சுஜிதா.

ரமேஷ் அவளை காண வந்ததுபோதும் அவன் சட்டையை பிடித்து கிழித்து அவனை அடித்தாள்.

சுஜிதா: பழைய பகை மனசில் வைத்து நீ தான் ரஞ்சித்தை கொன்னுட்ட. நான் கிடைக்கலைன்னு தான் இதையெல்லாம் செய்திருக்க உன்னை நான் சும்மா விட மாட்டேன்.

ரமேஷ் அவளை அடக்க எவ்வளவோ முயன்றும் முடியவில்லை அவளுக்கு ஊசி போட்டு மயக்க நிலைக்கு கொண்டு சென்றனர். ரஞ்சித்தின் பிரேத பரிசோதனை ரிப்போர்ட் சிறிது நேரத்தில் வந்தது.

அதில் குடி போதையில் இருந்ததாகவும், தலையில் ஏதோ இரும்பால் அடித்து கொன்றதாகவும் கொடுத்திருந்தார்கள்.

சுகிதாவிடம் விசாரிக்க ரஞ்சித் குடி பழக்கம் இல்லாதவன் என்று தெரிந்தது.

ரமேஷ் உடனடியாக விஸ்வேஸ்வரனை கைது செய்ய போரூர் முகவரிக்கு புறப்பட்டான், அங்கே வீடு

பூட்டியிருந்தது. பக்கத்தில் விசாரிக்க அவர்கள் அவர் இன்னிக்கு ராத்திரி சிங்கப்பூர் போறதாக சொன்னார் என்றனர்.

அப்போது மணி இரவு எட்டு, இரவு 1115 மணிக்கு ஒரு விமானம் உண்டு. இந்நேரம் அதில் தப்பிக்க வாய்ப்பிருக்கு என்று ஏர்போர்ட் போலீஸ் உதவியுடன் அவனை மடக்கி பிடித்தனர் போலீஸ்.

விஸ்வேஸ்வரன் ரமேஷின் தனி காவல் கட்டுப்பாட்டில் வந்தான்.

ரமேஷ்: உண்மையை சொல்லு இல்லைனா அடிச்சே கொன்னுடுவேன். எதுக்காக ரஞ்சித்தை கொலை செய்த.

விஸ்வேஸ்வரன்: ரஞ்சித் இறந்துட்டாரா? என்ன சார் சொல்றீங்க?

ரமேஷ்: தெரியாத மாதிரி நடிக்காத.

விஸ்வேஸ்வரன்: சார் நான் அப்படி பட்ட ஆள் இல்லை, கொலை செய்யுற அளவுக்கு மோசமானவன் இல்லை. நீங்க தப்பா என்னை பிடிச்சிட்டு வந்திருக்கீங்க, நான் என் தம்பியை பார்க்க சிங்கப்பூர் கிளம்பினேன், ஒரு மாசம் முன்னாடியே லீவு கொடுத்திருக்கேன் அங்கே விசாரிங்க.

ரமேஷ்: உனக்கும் ரஞ்சித்துக்கும் போட்டின்னு நாங்க கேள்விப்பட்டோம்.

விஸ்வேஸ்வரன்: அது ஒரு ஆரோக்யமான தொழில் போட்டி மட்டுமே. அவனை எனக்கு ரொம்பவே பிடிக்கும் ரொம்ப நல்லா வேலை செய்ய கூடியவன். அவன் அடுத்து துபாய் போறேன்னு என்கிட்டே சொல்லியிருந்தான் என் கம்பெனியில் வேற யாருக்கும் தெரியாது.

ரமேஷ் விஸ்வேஸ்வரன் சொன்னபடி விசாரிக்க அவன் சொன்னது உண்மை என்று தெரிய வந்தது. அப்போ வேற யாரு இதை செய்திருப்பா. மீண்டும் குழப்பமானான் ரமேஷ்.

சுஜிதாவிடமே மீண்டும் விசாரிக்கணும் என்று அங்கே சென்றான்.

அவள் வீடே வெறிச்சோடியிருந்தது...

ரமேஷ் சுஜிதாவிடம் பொறுமையாக பேசி புரிய வைக்க முயற்சிதான்.

ரமேஷ்: சுஜிதா இங்கே பாரு, ரஞ்சித் கொலைக்கும் எனக்கும் எந்த சம்பந்தமும் இல்லை. நான் உன் மேலே சின்ன வயசிலிருந்து ஆசைப்பட்டது உண்மை தான் ஆனால் நீ ரஞ்சித்தை காதலித்தது எனக்கு தெரியாது, நீ ஓடி போயி கல்யாணம் செய்த பிறகு நான் உன்னை பற்றி நினைக்கவேயில்லை.

சுஜிதா: பொய் சொல்றீங்க. கும்பகோணத்தில் தெரிஞ்சவங்களிடம் விசாரிச்சேன், நீங்க இன்னும் என் நினைவா கல்யாணம் செய்துக்காம இருக்கீங்கன்னு சொன்னாங்க.

ரமேஷ்: கடவுளே, எனக்கு வேற பொண்ணை கல்யாணம் செய்துக்க பிடிக்கலை. அதனால சொன்னேன், இன்னொருத்தன் மனைவியை நான் கல்யாணம் செய்ய நினைக்கிற அளவு கேவலமானவன் நான் இல்லை. உனக்கு வேற யார் மேலயாவது சந்தேகம் இருக்கா. அவர் ஆபீஸ் ஆள் விஸ்வேஸ்வரன்னு ஒருத்தனை கைது பண்ணோம் அவனும் ரஞ்சித் பற்றி தப்பாவே சொல்லலை. எல்லோருமே நல்லவன்னு சொல்ற ஒருத்தனை யார் கொலை செய்திருப்பா தெரியலை.

அவர்கள் பேசி கொண்டிருக்க ஒரு கார் வந்து நின்றது, உள்ளிருந்து ஒரு தம்பதி இறங்கி வந்தனர்.

"ரஞ்சித் வீடு ...."

சுஜிதா: இதான்.

ஜோசப்: நான் ஜோசப் உங்க வீட்டை வாங்க வந்தவன் நான் தான்.

சுஜிதா: உள்ளே வாங்க.

ஜோசப்: மன்னிக்கணும் பேப்பரில் அவர் போட்டோ பார்த்தேன் மனசுக்கு ரொம்ப கஷ்டமா போச்சு.மனசு உருத்திக்கிட்டே இருந்துச்சு அதான் ஒரு உண்மையை உங்ககிட்ட சொல்லலாம்னு வந்தேன்.

சுஜிதா மற்றும் ரமேஷ் திடுக்கிட்டு பார்த்தனர்.

ஜோசப்: அன்னிக்கு போலீஸ் கால் பண்ணதும் நான் பயந்துட்டேன் அதான் உண்மையை சொல்லலை எனக்கு ஏதாவது பிரச்சனை வருமோன்னு. அன்னிக்கு சாயுங்காலம் ஐந்தரை மணிக்கு நான் தான் பேசினேன் ஆனால் பேசினது வேற. உங்க அபார்ட்மெண்ட் மாடியில் இருக்கிற காத்தவராயன்னு ஒருத்தர் என்னை கூப்பிட்டு இந்த வீட்டை வாங்காதீங்க, இதில் நிறைய வில்லங்கம் இருக்கு அப்படி இப்படின்னு சொன்னாரு, நீங்க கொடுத்தபடி டாக்குமெண்ட் எல்லாம் சரியாக தான் இருந்துச்சு ஆனாலும் அவர் சொன்னதை பார்த்தால் ஏதோ தப்புன்னு தோணிச்சு அதனால விசாரிச்சிட்டு வேற ஒரு நாள் ரெஜிஸ்டரேஷன் வெவச்சுக்கலாம்னு சொல்லிட்டேன், அதுக்கு அப்புறம் தான் எங்க அப்பா இறந்துட்டார்னு எனக்கு செய்தி வந்துச்சு அப்போ மறுபடியும் அவரை கூப்பிட்டேன் அவர் மொபைல் சுவிட்ச் ஆப் வந்துச்சு.

ரமேஷ்: இதை அன்னிக்கே சொல்லியிருக்கலாமே. அப்போ அன்னிக்கு ரஞ்சித் உங்க புது வீட்டுக்கு தான் போயிருக்கணும், அந்த பஸ் விருகம்பாக்கத்திலிருந்து போரூர் போற பஸ், நடுவில் வளசரவாக்கம் நிறுத்தம் உண்டு.

ரமேஷ் உடனடியாக ரஞ்சித்தின் புதிய வீட்டிற்கு சென்று ரஞ்சித் வீட்டின் மாடி வீட்டிலிருக்கும் காத்தவராயன் வீட்டு காலிங் பெல் அழுத்தினான்.

ரமேஷ்: *காத்தவராயன் இருக்காரா??*

காத்தவராயன்: *நான் தான் காத்தவராயன், நீங்க யாரு.*

ரமேஷ்: *கீழ் வீட்டு ரஞ்சித் தெரியுமா, அவருக்கும் உங்களுக்கும் என்ன தகராறு.*

காத்தவராயன்: *தகராறு ஏதும் இல்லையே, நீங்க யாரு அதை கேட்க.*

ரமேஷ்: *நான் இன்ஸ்பெக்டர் ரமேஷ் விருகம்பாக்கம்.*

காத்தவராயன் குரல் தடுமாறியது வேர்க்க துவங்கியது.

காத்தவராயன்: *ஏதும் பிரச்னை இல்லை சார்.*

ரமேஷ்: *அப்புறம் எதுக்காக புதுசா வீடு வாங்க வந்தவர்களை வேண்டாம்னு சொன்னீங்க.*

காத்தவராயன்: *அது அது வந்து இங்கே மொத்தம் நாலு வீடு தான் அவர் அதிக விலைக்கு வித்தது எனக்கு பொறாமையா இருந்துச்சு அதனால அப்படி சொன்னேன். நானும் என் வீட்டை விக்க நினைச்சேன் ரொம்ப கம்மியா தான் கேட்டாங்க அவ்ளோ தான். ஏதோ பொறாமைல அப்படி செஞ்சிட்டேன். மன்னிச்சிடுங்க சார்.*

இவன் எதையோ மறைகிறான் என்று மட்டும் நன்றாக தெரிந்தது ரமேஷுக்கு. அவன் பூட்ஸ் காலால் எட்டி உதைத்து ஏறி மிதித்தான், காத்தவராயன் அலறினான் அவன் மனைவியும் ஓடி வந்து அலறினாள்.

காத்தவராயன்: *என்ன சார் இவ்ளோ மோசமா அடிக்கறீங்க. நான் தான் உண்மையை சொல்லிட்டேனே.*

ரமேஷ்: *நீ பொய் சொல்றேன்னு நல்லா தெரியுது, உண்மையை சொல்லு டா.*

மீண்டும் அவனை அடித்தான்.

காத்தவராயன்: *சொல்லிடறேன் சார் அடிக்காதீங்க, வலிக்குது. என் மகன் விஸ்வநாத்தும், ரஞ்சித் மச்சினி சுகிதாவும் ஒரே பள்ளியில் தான் படிச்சாங்க. என் மகன் அவளை ஒரு தலையாய் காதலிச்சான் அதை அவள் கிட்ட சொன்னபோது அவள் எல்லார் முன்னாடியும் அவனை செருப்பால அடிச்சிட்டா. அதை கேட்டதும் எனக்கு ரொம்பவே கோவம் வந்துச்சு அவளை ஏதாவது பண்ணனும்னு நினைச்சோம், ஆனால் அவள் துபாய் போயிட்டதாக தகவல் சொன்னாங்க. அப்போ தான் இந்த வீட்டை விற்க முயற்சி செய்யுறதா சொன்னாங்க. என் மகனை அடிச்சிட்டு இவனுக்கு மட்டும் காசு லாபம் கூட பாக்க விட கூடாதுன்னு அப்படி சொன்னேன்.*

ரமேஷ்: *ரஞ்சித் அன்னிக்கு இங்கே வந்தானா என்ன நடந்துச்சு.*

காத்தவராயன்: *வந்தான் எதுக்கு இப்படியெல்லாம் பொய் பேசறீங்கன்னு சத்தம் போட்டான், நானும் கோவத்தில் அவனை திட்டினேன். அன்னிக்கு அவன் வந்த நேரம் நானும் என் மகன் மட்டும் தான் இருந்தோம் மது அருந்திட்டு இருந்தோம். அப்போ தான் அவன் மச்சினி பற்றி சொன்னேன் அவன் ரொம்ப கோவமாகி என் மகனை என் கண் முன்னாலேயே அடிச்சிட்டான். நான் அவனை அடிக்க போன நேரம் என் மகன் என் வீட்டில் இருந்த சுத்தியால் அவன் மண்டையில் அடிச்சான், அப்போவே சுருண்டு விழுந்துட்டான். தொட்டு பார்த்தேன் மூச்சு இல்லை.கொல்லணும்னு செய்யலை கை தவறி கோவத்தில் தெரியாமல் பண்ணது, என்ன பண்றது தெரியலை இடத்தை சுத்தம் செய்து ராத்திரி 12 மணிக்கு போரூர் ஏரியில் கொண்டு போட்டுட்டோம். அவன் மூச்சு நின்னதும் அவன் போன் ஞாபகம் வந்து ஆப் பண்ணோம் அதையும் அந்த ஏரியில் போட்டுட்டோம்.*

ரமேஷ்: *இப்போ உன் மகன் எங்க.*

காத்தவராயன்: *அதான் உண்மையை சொல்லிட்டேனே என்னை கைது பண்ணுங்க, சின்ன பையன் பொண்ணு மேல*

ஆசைப்பட்டு தெரியாம பண்ணிட்டான் அவனை விட்ருங்க.

ரமேஷ் அவனை மீண்டும் ஏறி மிதித்தான், காத்தவராயனை கைது செய்து ஜெயிலில் அடைத்தது போலீஸ், அவர் மனையிவிடம் பெண் போலீஸ் வைத்து மிரட்டி விசாரித்ததில் அவன் மகன் விஸ்வநாத் ஆந்திராவில் ஓர் இடத்தில் இருப்பதை அறிந்துகொண்டு ஆந்திர போலீஸ் உதவியுடன் கைது செய்தது போலீஸ்.

இந்த விஷயங்கள் அனைத்தும் கேள்விப்பட்ட சுஜிதாவும், சுகிதாவும் மிகவும் கதறி அழுதனர்.

விஸ்வநாத்தும், காத்தவராயனும் நீதி மன்றத்தில் ஒப்படைக்கப்பட்டு ஆயுள் தண்டனை பெற்றனர்.

நாட்கள் செல்ல, சுஜிதா மீண்டும் துபாய்க்கு செல்ல புறப்பட்டாள். ரமேஷ் அவளை காண ஏர்போர்ட் சென்றான்.

ரமேஷ்: கண்டிப்பாக துபாய் போகணுமா.

சுஜிதா: ஆமாம்.

ரமேஷ்: தனியா எப்படி சமாளிப்ப. உனக்கு நான் வாழ்க்கை கொடுக்கிறேன். நீ இங்கேயே இரு நான் உன்னையும், சுகிதாவையும் பார்த்துப்பேன். அகிராவை என் மகளாய் பார்த்துப்பேன்.

சுஜிதா: ரஞ்சித்தை என்னால மறக்க முடியாது, அவர் இருந்த மனசில் இன்னொருத்தருக்கு நிச்சயம் இடமில்லை. அவர் எப்படி அவர் மகளை வளர்க்கணும்னு ஆசைப்பட்டாரோ அப்படி நான் அவளை வளர்ப்பேன்.

ரமேஷ்: இதான் உன் முடிவா, நீ எப்போ மனசு மாறினாலும் உனக்காக நான் காத்திட்டிருப்பேன்.

ரமேஷுக்கு எந்த பதிலும் சொல்லாமல் பரிதவிப்புடன் துபாய்க்கு கிளம்பினாள் சுஜிதா.

11

காதல் எக்ஸ்பிரஸ்

பிரசாந்த் அதிகாலையில் தன் காரில் எழும்பூர் ரயில் நிலையம் நோக்கி அவனது மாமா ராஜூவை ரயில் நிலையத்தில் இறக்கிவிட சென்று கொண்டிருந்தான்.

"என்னடா நீ, இன்னும் கல்யாணம் செய்துக்காமல் இருக்கே, உன் கூட சுத்திட்டு இருந்த நண்பன் சேகருக்கும் கல்யாணம் முடிவாகிருச்சு போல, உனக்கும் வயசு 30 ஆக போகுது இன்னும் கல்யாணம் செய்துக்க மாட்டேங்கற உன் அம்மா பாவம் இல்லையா அவளுக்கும் வயசாகுதில்ல, காலாகாலத்திலே கல்யாணம் பண்ண வேண்டாமா..."

"அட ஏன் மாமா நீங்க வேற பொண்ணு கிடைச்சா பண்ண மாட்டோமா...இந்த அரேஞ்சு மேரேஜ் ரொம்ப கொடுமை. வருஷா வருஷம் பல மேட்ரிமோனிக்கு காசு கட்டுறது மட்டும் தான் நடக்குது ஒன்னும் சரியாய் அமையலை, இப்போவும் இரண்டு பேர் பேசி ஜாதகம் வாங்கினதா சொன்னாங்க அம்மா....அப்புறம் ஒன்னும் நடக்கலை.... ஏன்??, அம்மா உங்க கிட்டே புலம்பினாங்களா இதை பத்தி?"

"ஆமாம் அவளுக்கு இருக்கிறது ஒரே பிள்ளை அந்த கவலை அவளுக்கு, யாரையாவது லவ் பண்ண வேண்டியது தானே டா"

"அதெல்லாம் இப்போ சொல்லுங்க, படிக்கிற காலத்துலே ஏகப்பட்ட பொண்ணு மேலே காதல் வந்துச்சு, காதல் கல்யாணமே செய்ய கூடாதுன்னு ஒரேடியா சட்டம் பேசிட்டு இப்போ வயசானதுக்கு அப்புறம் காதலிக்க வேண்டியது தானேனு கேட்க வேண்டியது. ஏதோ அம்மா சொல்ராங்களேன்னு மரியாதை கொடுத்து காதல் பக்கம் போகாமல் இருந்தா இப்போ ஏன்டா போகலைன்னு கேக்குறாங்க?"

"எங்களுக்கு என்ன தெரியும் இப்படி பொண்ணு கிடைக்க படாத பாடு படவேண்டியிருக்கும்னு, அப்படி எத்தனை பொண்ணு மேலே காதல் வந்துச்சு? சொல்லேன் கேட்போம்"

"அது இருக்கு நாலு பொண்ணுங்க, பன்னெண்டாவது படிக்கும்போது என் கிளாஸ் பொண்ணு நிவேதா, காலேஜ் முதல் வருஷம் கீர்த்தனான்னு ஒரு பொண்ணு, அப்புறம் வீட்டு பக்கம் சின்ன வயசு தோழி கல்பனா, அப்புறம் கடைசி வருஷம் காலேஜ் அப்போ முதல் வருஷம் படிச்ச காவ்யா"

"அடப்பாவி இவ்ளோ கதை இப்போ சொல்றியே அப்போவே சொல்லியிருந்தா இந்நேரம் கல்யாணம் ஆகியிருக்கும்ல"

"ஹ்ஹம்ம்ம் அம்மா தான் பெரிய குண்டை தூக்கி போட்டாங்களே அப்போ, காதலிச்சா என்னை உயிரோடவே பார்க்க முடியாது, உன் அப்பாக்கு இதெல்லாம் பிடிக்கவே பிடிக்காது அவர் மனசு கோணமா நடந்துக்கோ அப்படி இப்படின்னு, இப்போ வந்து உன் ஆபீஸ்ல ஒரு பொண்ணும் இல்லையா, சக கோத்ரம் இல்லாம மட்டும் பார்த்துக்கோ எந்த ஜாதினாலும் பரவாயில்லைனு இப்போ சொல்ராங்க.... நான் என்ன பாக்குற பொண்ணை எல்லாம் போய் உன் கோத்ரம்

சொல்லுன்னு கேட்டுட்டா காதலிக்க முடியும், எல்லாமே காலம் கடந்து போச்சு ஒரு தலையா காதலிச்ச எந்த பொண்ணுக்கிட்டேயும் காதலை சொல்லவேயில்லை அநியாயத்துக்கு நல்ல பிள்ளையாவே இருந்து தொலைச்சிட்டேன் இப்போ அனுபவிக்கிறேன்"

"அந்த பொண்ணு யாரையாவது அப்புறம் பார்த்தியா?"

"இல்லையே"

"இப்படி நல்ல வாய்ப்பையெல்லாம் விட்டுட்டியே, நீ சரியான நைண்ட்டி கிட் தான் டா"

"விடுங்க, கல்யாணம் நடக்கும் ஒரு நல்ல பொண்ணா என் கண்ணில் படுவா அப்போ சொல்றேன் நீங்களே பேசி முடிச்சிருங்க"

"சீக்கிரம் சொல்லுடா, சீக்கிரம் கல்யாணம் பண்ணனும், உன் நண்பன் எல்லோருக்கும் கல்யாணம் ஆகிருச்சு நீ மட்டும் தான் பாக்கி, உன் நண்பன் சேகருக்கு வாழ்த்துக்கள் சொன்னேன்னு சொல்லு, காலேஜ் படிக்கும்போது பார்த்தது அவனை"

"கண்டிப்பா சொல்றேன், அவனுக்கு அமைஞ்சது நடக்குது, உங்களை விட்டுட்டு நேரா தஞ்சாவூர் தான் போறேன் அவன் கல்யாணத்துக்கு, நான் உங்களையும் திருச்சியில் ரயில் ஏத்திவிடறேன்னு சொன்னேன் நீங்க தான் கேட்கமாற்றீங்க. இந்த தேஜாஸ் எக்ஸ்பிரஸ் அடுத்த நிறுத்தம் திருச்சி தானே"

"அதெல்லாம் வேணாம், காரில் ரொம்ப நேரம் உட்கார முடியாது, எனக்கு மூட்டு வலி, அது போக அடிக்கடி பாத்ரூம் போகணும் இல்லைனா கஷ்டம், ரயில் ஏறி உட்கார்ந்தா தூங்கிடலாம் நேராக மதுரை இறங்கினா போதும். பாத்ரூம் பிரச்சனையும் இல்லை, நீ எனக்காக நிறுத்தி நிறுத்தி போகணும் நீ உன் வழியில் போ, மதுரைக்கு போனவுடனே சொல்றேன் அங்கே மாமி எனக்காக காரில் காத்திட்டு இருப்பா வெளியே"

"சரி உங்க இஷ்டம். எழும்பூர் வந்தாச்சு, நான் இங்கே இறக்கிட்டு கார் நிறுத்தத்தில் காரை நிறுத்திட்டு வரேன், ரயில் ஏறி உட்கார்ந்த அப்புறம் கிளம்பறேன், மூட்டு வலியில் படிக்கட்டு ஏற வேணாம், முதல் நடைமேடைல தான் நிக்கும் நினைக்கிறேன், கொஞ்சம் பொறுங்க நான் வரேன் பையை தூக்கிட்டு போக"

கார் எழும்பூர் நிலையத்தில் நிற்க, ராஜு இறங்கி கொண்டார், அவன் கார் பக்கத்தில் ஒரு ஆட்டோ வந்து நின்றது, அதில் அவசர அவசரமாக ஒரு பெண்ணும், ஒரு ஏழு வயது உள்ள சிறுவனும் இறங்கினார்கள்.

பிரசாந்த் காரை பார்க்கிங் பக்கம் எடுக்க நகர்த்த அது அவள் பெட்டி மேல் லேசாக தட்டி விட்டது.

"ஹே அறிவில்லை முன்னாடி நடந்து போறது கண்ணுக்கு தெரியலையா...." என்று குரல் வந்தது.

"சாரி சாரி தெரியாம இடிச்சிட்டேன்" என்று சொன்னபடியே பிரசாந்த் அவசரமாக இறங்க அங்கே நின்றிருந்தது அவன் கல்லூரியில் பார்த்த ஜூனியர் காவ்யா.

"சித்தி பெட்டிக்கு ஒன்னும் ஆகலை....வாங்க போகலாம்" என்றான் அந்த சிறுவன்.

"சாரி தெரியாம...." (இது காவ்யா தானே என்று அவன் மனம் அவளிடம் பேச துடித்தது)

"ரயிலுக்கு நேரமாச்சு இல்லைனா நடக்கிறதே வேற...." என்று கோவமாக அவள் கிளம்பினாள்.

கோவத்திலும் அவள் முகத்தில் செய்த சேஷ்டைகளை பார்த்ததும் ப்ரஷாந்துக்கு சிரிப்பாகவே இருந்தது. அவளுக்கு அவனை ஞாபகம் இருந்த மாதிரி தெரியவில்லை, அவன் மனதிற்குள் இருந்த பட்டாம்பூச்சி மெல்ல பறக்க தொடங்கியது.

காரை நிறுத்திவிட்டு ராஜு மாமாவை அழைத்து கொண்டு

ரயிலில் ஏறி பத்தாம் நம்பர் இருக்கை எண்ணை பார்த்து அமர செய்தான்.

"மாமா நான் சொன்னேன்ல கல்லூரி ஜூனியர் காவ்யா அந்த பொண்ணு தான், என்னை தெரிஞ்ச மாதிரி காட்டிவேயில்லை, அவளும் இதே ட்ரெயின் தான் போல..."

அதே கோச்சில் அவளும் ஏறினாள், அவர்கள் இருக்கையோ எட்டு, ஒன்பது எண்கள்.

அவளது கனமான பெட்டியை அவள் தூக்க முடியாமல் தூக்கி மேலே வைக்க முயற்சி செய்ய அதை பிரஷாந்த் தலையிலேயே இடித்தாள்.

"ஹலோ பாத்துங்க பின்னாடி ஆள் இருக்கிறது தெரியலையா...."

"உங்களுக்கு முன்னாடி தெரியாத மாதிரி எனக்கு பின்னாடி தெரியலை போதுமா...."என்ற நக்கலாக சொன்னாள்.

அவள் பதிலை கேட்டதும் அவளை ஏற இறங்க பார்த்தான்...."கல்லூரியில் பார்த்த அதே வாயாடி காவ்யா தான்" என்று மனசுக்குள் நினைத்தபடி அங்கிருந்து கிளம்பினான்.

"மாமா கிளம்பறேன் இன்னும் பத்து நிமிஷம் தான் இருக்கு ரயில் கிளம்ப, ஊருக்கு போனதும் தகவல் சொல்லுங்க...முடிஞ்சா பேச்சு கொடுத்து பாருங்க என்று கண்களால் சைகை காட்டிவிட்டு சென்றான்"

"சரி டா நீயும் பார்த்து போ, நல்ல செய்தியா சொல்லு சீக்கிரம், ஒரு தண்ணி பாட்டில் மட்டும் வாங்க முடியுமா?"

"இதோ வாங்கறேன்"

பிரசாந்த் கீழே இறங்கினான், ரயில் உள்ளே அவள் அலைபேசியில் பேசி கொண்டிருந்தாள்.

"ஹலோ அக்கா ஸ்டேஷன் வந்தாச்சு ரயில் ஏறியாச்சு, இன்னும் பத்து நிமிஷத்தில் கிளம்பிடும், அப்பா திருச்சி ஸ்டேஷன்க்கு வந்திருவாரு கூட்டிட்டு போக"

"பார்த்து போ காவ்யா, இதான் முதல் முறை நான் இல்லாம ப்ரஜன் தனியா வரான், கொஞ்சம் நேரம் சும்மா இருக்க மாட்டான், எது கேட்டாலும் ரயில் உள்ளே மட்டும் வாங்கி கொடு, அடம் பிடிச்சாலும் வெளியே ஏதும் வாங்கி தராதே புரியுதா, இந்த லீவ்க்கு ஸ்ரீரங்கம் அனுப்பறேன்னு சொல்லிட்டேன் ஒரு வாரம் இரு டா பாப்பாக்கு தடுப்பூசி போட்டுட்டு நானே கூட்டிட்டு போறேன்னு சொன்னா கேட்க மாற்றான்"

"அதெல்லாம் நான் பார்த்துகிறேன், நான் தான் மாசம் ரெண்டு முறை வீட்டுக்கு போறேனே, சும்மா பட்டு குட்டியை திட்டாதே, இதுவரைக்கும் சமத்தா தான் வரான் என் கூட, எனக்கு அவனை பத்திரமா கூட்டிட்டு போக தெரியாதா என்ன??"

"உனக்கு அவனை பத்தி தெரியலை நான் தானே முழு நேரம் பாக்குறேன், நீ இங்கே கூட துணைக்கு இருன்னு சொன்னாலும் வேண்டாம்னு ஹாஸ்டல் போயிட்டே எப்போவது தான் இங்கே வர, இவனையும், ரெண்டவாவது வாண்டு ப்ரதிக்ஷயாவையும் பாத்துகிறதுக்குள்ள போதும்னு ஆகிடும், சரி ஊருக்கு போயிட்டு கூப்பிடு, நான் அவருக்கு சமையல் ரெடி பண்ணனும்"

எல்லாம் முடித்து அப்பாடான்னு அமர்ந்தாள் காவ்யா.

"சித்தி அந்த கடைலேந்து கிண்டர் ஜாய் வேணும் வாங்கி தாங்க...." ரயில் வெளியே இருக்கும் கடையை பார்த்து கேட்டான்.

"அதெல்லாம் இல்லை இன்னும் கொஞ்சம் நேரத்தில் ரயில் கிளம்பிடும் இங்கேயே வரும் அப்போ வாங்கலாம் பொறுமையா இரு...."

"அதெல்லாம் இல்லை எனக்கு இப்போவே வேணும்...."

"டேய் சமத்து பையன் தானே சித்தி சொல்றதை கேளு அப்புறமா இங்கேயே வரும் வாங்கலாம்....சொன்னா கேக்கணும் பட்டு குட்டி"

"எனக்கு இப்போவே வேணும்....."என்று கத்த ஆரம்பித்தான் ப்ரஜன். ட்ரெயின் கிளம்பறதுக்குள்ள வாங்கிடலாம் வா...

"ஐயோ எல்லோரும் பாக்குறாங்க டா அழுகையை நிறுத்து நான் இங்கே வரும்போது வாங்கி தரேன்"

"இப்போவே வேணும் எனக்கு......" ப்ரஜன் இன்னும் சத்தமாக கை கால்களை ஆட்டியபடி அலறினான்.

கை கடிகாரத்தை பார்த்தாள் இன்னும் ரயில் கிளம்ப ஏழு நிமிடம் காட்டியது.

"சரி இங்கேயே இருக்கணும் வெளிய வர கூடாது நான் உடனே வாங்கிட்டு உடனே வந்துருவேன் புரியுதா....எங்கேயும் போக கூடாது ஜன்னல் வழியா என்னை பார்த்துட்டே இருக்கணும் புரியுதா"

பக்கத்தில் இருந்த அந்த பெரியவரிடம் (ராஜு)....

"சார் இங்கே வெளிய கடையிலேந்து ஒன்னு வாங்கிட்டு வந்துடறேன் இவனை இங்கேயே பார்த்துக்கறீங்களா......இரண்டே நிமிஷத்தில் வந்துருவேன்".

"சரி போயிட்டு வாம்மா" என்றார் ராஜு.

அவள் வெளியே இறங்கும் நேரம் பிரஷாந்த் சரியாக தண்ணி பாட்டில் உடன் உள்ளே வந்தான். இருவரும் யார் முதலில் உள்ளே வர அல்லது வெளியே போக என்று யோசித்தபடி இருக்க, பிரஷாந்த் அவளுக்கு வழி விட்டு மாமாவிடம் பாட்டில் கொடுத்துவிட்டு இறங்கினான்.

கடையில் கிண்டர் ஜாய் சாக்லேட் வாங்க...அவன் சில்லறை இல்லை என்று சொல்ல....

"இருக்கிறதை கொடுங்கண்ணா ட்ரெயின் கிளம்பிடும்" அவள் அவசர படுத்தினாள்.

அது அதிகாலை நேரம் வேறு, அவன் அப்போது தான் கடையை திறந்திருந்தான், முதல் போனியே சில்லறை இல்லாமல் வர அவன் புலம்பியபடியே சில்லறையை தேடி எடுத்து கொடுக்க. அதை கையில் வாங்கியபடி அவள் வேகமாக திரும்பி ரயில் பக்கம் ஓட, பிரசாந்த் எதிரே வர இருவரும் மோதி கொண்டனர்.....சில்லறைகள் சிதறி ஓடின.

குனிந்து சில்லறையை எடுக்க முயல ரயில் கிளம்பும் விசில் அடித்துவிட்டனர், அப்படியே விட்டுவிட்டு காவ்யா கிளம்பி கதவருவே செல்வதற்குள் ரயில் கிளம்பி விட்டது, அந்த தானியங்கி கதவும் மூடி கொண்டது.

"ஐயோ குழந்தை.....ப்ரஜன்....ப்ரஜன் என்று அலறியபடி அவள் ஓட, ஸ்டேஷனில் இருப்பவர்களும், ரயில் உள்ளே இருப்பவர்களும் பதட்டம் அடைந்தனர்.

ரயில் உள்ளே இருப்பவர்கள் ரயிலை நிறுத்த முயற்சிக்க ஒன்றும் முடியவில்லை....

ஒரு பக்கம் அந்த சிறுவன் ப்ரஜனும் ரயில் கிளம்பியதை பார்த்து பயத்தில் அழ தொடங்கினான்.

ரயில் வேகமெடுத்துவிட்டது....

ராஜு ரயில் உள்ளே ப்ரஜனை பத்திரமாக பிடித்துக்கொண்டார்...

"பயபடாதே நான் இருக்கேன்....."

ஓடி ஓடி களைத்து மூச்சிரைக்க அப்படியே அமர்ந்துவிட்டாள் காவ்யாவிற்கு கண்ணில் தாரை தாரையாக நீர் கொட்டியது, பின்னால் அவளோடவே ஓடி வந்த பிரஷாந்த் அவளை அழைத்து கொண்டு வேகமாக ரயில்வே போலீஸ் ஸ்டேஷன் சென்றான்.

"சார் சார்... இவங்க குழந்தையை ரயிலில் விட்டுட்டாங்க, இவங்க ஏர்றதுக்குள்ளே ட்ரெயின் கிளம்பிருச்சு..... தேஜாஸ் எக்ஸ்பிரஸ்..... உடனே நிறுத்த முடியுமா பாருங்க...."

அவளுக்கு வார்த்தை வரவில்லை, கை கால்கள் நடுங்க தொண்டங்கிற்று....

ரயில்வே போலீஸ்...அவர்களை அதட்டியது.

"இதே வேலையா போச்சு, குழந்தையோட வரவங்க ஜாக்கிரதையா இருக்க வேணாமா, அது ஒரு தானியங்கி கதவு ஒரு தடவை மூடிட்டா திறக்க முடியாது ... நான் உடனே டிடிஆர்க்கு தகவல் சொல்றேன். உள்ளே இருக்கிற மக்கள் யாராவது ரயிலை நிறுத்தினால் எங்கே நின்னாலும் தகவல் வரும் நீங்க போய் அழைச்சிக்கலாம் ஆனால் அபராதம் கட்டவேண்டியிருக்கும். ஜாக்கிரதையாக இருக்க வேணாமா உங்க ஒருதரால எத்தனை பேருக்கு நேரம் வீண்" என்று கடிந்து கொண்டார்.

ரயிலில் உள்ள டிடிஆர் அவள் அலைபேசிக்கு வந்தார்,....

"சார் நான் அந்த பையனை பார்த்துட்டேன், பக்கத்தில் ஆட்களும் இருக்காங்க, இங்கே ரயிலை நிறுத்த முயற்சி செய்தாங்க ஆனால் ஏதோ பழுதாகியிருக்கு. பையனுக்கு ஒன்னும் பிரச்சனை இல்லை அவன்கிட்டே பேசலாம் அவங்களை பேச சொல்லுங்க...."

அவர் அலைபேசியை நீட்ட ப்ரஜன் வாங்கி...."சித்தி ....சித்தி..."என்று அழுதான்.

"ப்ரஜன் கண்ணா அழாதே நான் எப்படியும் வந்துருவேன், பயப்படாம இரு...." அதற்கு மேல் அவளால் பேச முடியவில்லை.

பிரசாந்த் அவளிடம் பேசினான், "கவலைப்படாதீங்க பக்கத்தில் இருக்கிறது என்னுடைய மாமா தான், குழந்தை பத்திரமா இருக்கான், இப்போது தான் அவர் கிட்டே

பேசினேன்"

ரயில்வே போலீஸ் அவளிடம் கேள்வியாக கேட்டனர். நீங்க எங்கே இறங்கணும் திருச்சியா?? மதுரையா??"

"திருச்சி சார்" அழுதபடியே சொன்னாள் காவ்யா.

"அங்கே யாராவது சொந்தக்காரங்க இருந்தா வர சொல்லுங்க, பத்து மணிக்கு திருச்சி இறக்கத்தில் திருச்சி ரயில்வே போலீஸிடம் பாதுகாப்பா ஒப்படைப்போம், வேற ஒன்னும் பண்ண முடியாது, உடனே ஒரு கம்பளைண்ட் எழுதி கொடுங்க. ட்ரெயின் அடுத்து திருச்சியில் தான் நிக்கும், அடுத்த ட்ரெயின் ஒன்பது மணிக்கு குருவாயூர் இருக்கு அதுல போனால் மதியம் இரண்டு மணிக்கு திருச்சி போயிடலாம் இல்லைனா கார் இல்லை பஸ் ஏறினால் கொஞ்சம் முன்னாடி போக முடியும் அது உங்க வசதி" என்றார்.

"நீங்க பதட்டப்படாதீங்க, தகவல் சொல்லுங்க நான் புகார் எழுதி கொடுக்கிறேன்" என்றான் பிரசாந்த்.

"குழந்தை பெயர் என்ன?"

"ப்ரஜன்"

"வயசு?"

"ஏழு"

"நீ காவ்யா தானே...உன் முகவரி?"

"ஆமாம் காவ்யா...முகவரி.....துரைப்பாக்கம்....."

"திருச்சி முகவரி....அங்கே யார் வருவா அவங்க நம்பர், முகவரி சொல்லுங்க...."

"அங்கே என் அப்பா ரங்கராஜன் வருவாரு, அவர் நம்பர்....முகவரி...."

அனைத்தையும் எழுதி அவன் அலைபேசி எண், முகவரியும் கொடுத்தான் பிரஷாந்த்.

போலீஸ் ஸ்டேஷன் விட்டு வெளியே வந்ததும்.....அழுதபடியே அவனிடம் கத்தினாள் காவ்யா.

"எல்லாம் உங்களால் வந்தது, நீங்க பார்த்து வந்திருந்தால் நான் சரியாய் ட்ரெயின் ஏறியிருப்பேன், ஆரம்பத்திலிருந்து உங்களால் இன்னிக்கு நேரமே சரியில்லை"

"ஹலோ நான் வேணும்னே இடிச்ச மாதிரி பேசறீங்க இது தற்செயலா நடந்தது தான்....உங்களுக்கு இப்போ நேரமில்லை உங்க வீட்டுக்கு முதலில் தகவல் சொல்லுங்க"

"நான் இப்போ இதை சொன்னால் என்னை கொன்னே போட்டிருவா என் அக்கா"

"சரி இப்போ யோசிக்க நேரமில்லை நான் ஒரு ஐடியா சொல்றேன்....நான் தஞ்சாவூர் தான் போறேன் என் காரில், நீங்க என் கூட வந்தால் பத்து மணிக்குள்ளே திருச்சியில் விட வேண்டியது என் பொறுப்பு, கவலை படாதீங்க இப்போவே கிளம்பினால் வேகமா போனால் பத்து மணிக்குள்ளே போயிடலாம்...என்ன சொல்ற...?"

"மறுபடியும் உங்க கூடவா?? ஏற்கனவே கெட்ட நேரம் இதுல உங்க கூட வேறயா...."

"யோசிக்க நேரம் இல்லை....என்னை உனக்கு தெரியலையா நான் உன் காலேஜ் சீனியர் பிரஷாந்த்...நானும் தஞ்சாவூர் சாஸ்த்ராவில் தான் படிச்சேன்"

"இப்போ ரொம்ப முக்கியமா இந்த அறிமுகம்? நான் டாக்ஸி புக் பண்ணிக்கிறேன்"

"டாக்ஸி உடனே கிடைக்காது நான் தஞ்சாவூர் தான் போறேன் என் நண்பன் கல்யாணத்துக்கு, உன்னை திருச்சியில் இறக்க வேண்டியது என் பொறுப்பு, காலை

நேரத்துல அவ்ளோ டிராபிக் இருக்காது.... சொன்னா புரிச்சிகிக்கோ"

"சரி கிளம்புங்க உடனே...."

இருவரும் ஓரே ஓட்டமாய் நேராக காருக்கு சென்றனர்....காவ்யாவின் பதட்டம் மட்டும் குறையவேயில்லை, அக்கா மகன் பத்திரமாக இருக்க வேண்டும், வீட்டுக்கு தெரிஞ்சா பெரிய பிரச்சனை ஆகும், அதுவுமில்லாமல் அதிகம் பழக்கமில்லாத முன்னாள் சீனியர் என்று மட்டுமே தெரிஞ்ச ஒரு நபரோடு தனியாக திருச்சி வரை காரில்.......போகிற வழியில் யாராவது தெரிந்தவர்கள் பார்த்தால் கூட செத்தேன் ....என்று நினைத்தபடி தலையை முக்காடு போட்டு கண்கள் மட்டுமே தெரியும்படி மூடி கொண்டாள்.

கார் வேகமாய் கிளம்பியது....ட்ரெயின் கிளம்பியது காலை ஆறு மணிக்கு, திருச்சிக்கு செல்லும் நேரம் ஒன்பது ஐம்பத்திஐந்துக்கு. இப்போது நேரம் ஆறு மணி முப்பது நிமிடம் ஆகிவிட்டது. அதிக போக்குவரத்து நெரிசல் இல்லாததால் காரை வேகமாய் கிளம்பினான் பிரஷாந்த்.

"உங்க அப்பாக்கு தகவல் சொல்லு உடனே...இது என் மாமா அலைபேசி நம்பர் அவர் கிட்டே பேசி குழந்தையிடம் பேச சொல்லு"

"அவரை தான் கூப்பிடறேன்....."என்றாள்.

மறுமுனையில் அவர் எடுக்க நடந்த அனைத்தையும் அழுதபடி சொல்லி முடித்தாள்.

"என்ன காவ்யா இப்படி பண்ணியிருக்கே, மாப்பிளைக்கு தெரிஞ்சா கண்டிப்பா சத்தம் போடுவார்.....இப்போதைக்கு பாக்யாக்கு (அக்கா) எதுவும் சொல்லாதே, அவள் கூப்பிட்டாலும் எடுக்காதே இல்லை ஏதாவது சொல்லி சமாளி. நான் சீக்கிரமே ஸ்டேஷன் போயிட்டு திருச்சி போலீஸிடம் சொல்லி பார்த்துகிறேன்" என்றார் ரங்கராஜன் அவள் அப்பா.

" இப்போ யார் கூட காரில் வர திருச்சிக்கு...."

"தெரிஞ்சவர் தான் அப்பா என் காலேஜ் சீனியர்"

"பத்திரமா வந்து சேரு, ஒன்னும் வேகம் வேணாம், நான் ப்ரஜனை பார்த்ததும் சொல்றேன் ஒன்னும் அவசரம் இல்ல, புரியுதா"

காரை படுவேகமாக ஓட்ட ஆரம்பித்தான் பிரசாந்த். அவன் அலை பேசி அடித்துகொண்டேயிருந்தது.....

"அந்த போன் எடுத்து தான் பேசுங்களேன்..."என்று எரிச்சலாக சொன்னாள் காவ்யா.

"கார் ஓட்டும்போது எதுவும் பேச வேணாம், அதுவுமில்லாம நாம சீக்கிரம் போகணும், கிளம்பினதே லேட். காரில் ஐந்து மணி நேரமாவது ஆகும் திருச்சி போக, ரயில் போற வேகத்துக்கு போக முடியாது. முடிஞ்ச வரைக்கும் சீக்கிரம் போக முயற்சி செய்யுறேன்"

"அதான் காரில் ப்ளூடூத் ஸ்பீக்கர் இருக்கில்ல அதுல பேசலாம்ல...."

"அட ஆமாம்ல...." என்று ப்ளூடூத்க்கு உயிர் கொடுத்தான், அழைத்திருந்தது அவன் மாமா ராஜு தான்.

"டேய் கண்ணா, குழந்தை பத்திரமா இருக்கான், சாக்லேட் வாங்கி கொடுத்திருக்கேன். நீ கவலைப்படாதே. சும்மாவே யாருன்னு தெரியாதவனுக்கே உதவி செய்வே, இவள் உன்னோட முன்னாள் ஒரு தலை காதலி வேற....திருச்சி ஸ்டேஷன்க்கு அவளையும் கூட்டிட்டு வருவே போல....."என்று சொல்லி அவர் சிரிக்க.

அனைத்தையும் கேட்டபடி அவனையே முறைத்து பார்த்தாள் காவ்யா.

"ஐயோ மாமா இப்போ வைங்க நானே கூப்பிடறேன்"

"டேய் அவசரப்படாதே ரயில் வேகத்துக்கெல்லாம் வர முடியாது, பேசி புரிய வைக்கலாம், நான் திருச்சியில் பையனோட இறங்கிக்கிறேன், அங்கே இருக்கிற அவங்க சொந்தக்காரங்களிடம் ஒப்படைச்சிட்டு உன்கிட்டே சொல்றேன், அடுத்த ரயிலில் மதுரைக்கு போயிக்கலாம், நீ நிதானமாவே வா, வேகமாய் வந்து வம்பில் மாட்டிக்காதே, புரியுதா"

"சரி மாமா"

சிறிது நேரம் மௌனம் மட்டுமே......கார் நெடுஞ்சாலையை பிடித்து வேகமாக பறந்து கொண்டிருந்தது.

அவனே மீண்டும் பேச தொடங்கினான்....

"சாரி அவர் ஏதோ தெரியாம பேசிட்டார், அதெல்லாம் ஏதும் இல்லை, உன்னை என் காலேஜ் க்ரஷ் அப்டினு தான் சொன்னேன் அவருக்கு அப்டின்னா என்னனு தெரியாது...."என்று வழிந்தான்.

"நான் ஏற்கனவே செம கடுப்பில் இருக்கேன், நீங்க என்னை இன்னும் கோவப்படுத்தறீங்க. நானே என் அக்காவும், அத்திம்பேரும் என்ன சொல்லுவாங்கனு பயந்திட்டு இருக்கேன் இதுல நீங்க வேற வெறுப்பேத்திக்கிட்டு....." என்று எரிந்து விழுந்தாள்.

"ஏன்? ரொம்ப கெடுபிடியான ஆளா உங்க அத்திம்பேர், இவ்ளோ பயப்படுற"

"உங்க குழந்தையை இப்படி விட்டுட்டு போனால் சும்மா இருப்பீங்களா?"

"அப்படியில்லை, எனக்கு தான் இன்னும் கல்யாணம் ஆகலையே அதனால என்ன பண்ணிருப்பேன்னு எனக்கே தெரியலை"

"இப்போ நாட்டுக்கு ரொம்ப அவசியமா....உங்களுக்கு

கல்யாணம் ஆகலைனு எனக்கு தெரிஞ்சாகணுமாக்கும்"

"அடடா எது பேசினாலும் இப்படி எரிஞ்சு விழறாளே" என்று மனசுக்குள்ளேயே குமுறி கொண்டான்.

"எப்படியும் பத்து மணிக்கு அப்புறம் தெரியதானே போகுது பக்குவமா பேசி புரிய வைக்கலாம், கவலைப்படாதே"

"அதெல்லாம் என் அப்பா பேசிப்பார்"

"அப்புறம் எதுக்கு கவலை...."

"ரொம்ப அவசியம் தெரிச்சிக்கணுமா....."

"சும்மாதானே போயிட்டிருக்கோம் சொல்லலாமே...."

"எனக்கும் என் அத்திம்பேருக்கும் ஆகவே ஆகாது, அவர் சொல்றதை நான் கேட்டதேயில்லை, இப்போ இந்த விஷயம் தெரிஞ்சா ரொம்பவே குதிப்பார் அதான்....இப்போ எனக்கு மாப்பிள்ளை பாக்குற வேலையும் அவர் தான் பாக்குறார் அவர் சொல்ற பையனை கல்யாணம் செய்துக்கணும்னு வம்பு வேற இருக்கு"

ப்ரஷாந்துக்கு பக்கென்று இருந்தது, "ஆஹா ஒரு வழியா பேசி பார்த்துடலாம்னு பார்த்தா நடக்காது போல இருக்கே" மனசுக்குள்ளேயே புலம்பி கொண்டான்.

"இதுக்கும் கல்யாணத்துக்கும் என்னம்மா சம்பந்தம்??"

"இருக்கு, அவரு அவர் ஆபீஸ்ல இருக்கிற ஒரு தேவாங்கை என் தலையில் கட்டி வைக்க பாக்குறாரு, எனக்கு வேலை கிடைச்சதும் என் அக்கா வீட்டிலேயே இருக்க சொன்னாரு எப்படியாவது பேசி சம்மதிக்க வெச்சிடலாம்னு, நான் உஷாரா ஆபீஸ் தூரமா இருக்குன்னு துரைப்பாக்கம் லேடீஸ் ஹாஸ்டல் போயிட்டேன், அத்திம்பேர் இல்லாத நேரமா பார்த்து அக்காவையும் பசங்களையும் பார்த்திட்டு வந்துருவேன், இப்போ அவர் சாமி ஆடுவரே, அவர் என்ன சொன்னாலும் எங்க அப்பா வேற கேட்டு தொலைப்பாரே

அதான் டென்ஷன்"

"அந்த தேவாங்கு யாருன்னு தெரியுமா? அவர்கிட்டேயே போய் பேசிடலாமே எனக்கு உங்களை பிடிக்கலைன்னு"

"அதெல்லாம் அவ்ளோ சீக்கிரம் சொல்லிடுவாரா என் அத்திம்பேர் பக்கா கார்பொரேட் புத்தி, எல்லாம் ப்ரொபேர் சேனல் மூலம் தான் நடக்கும், எங்க அப்பா, அம்மாக்கு முதலில் போயிருக்கும், அப்புறம் அந்த பையன் அப்பா, அம்மாக்கு எல்லாம் பேசி ஒரு முடிவுக்காக காத்திட்டு இருகாங்க இப்போ, நான் இந்த நேரத்துலயா இப்படி சொதப்பி வெக்கணும், எல்லாம் உங்களால...."

"சுத்தம், கிட்டதட்ட எல்லாம் முடிவாகிருச்சு, ஆடு எப்போ தலை ஆட்டும்னு வெய்டிங்ன்னு சொல்லு ....."

"அதே தான்"

சரி இவளும் நமக்கில்லைன்னு முடிவு பண்ணிப்போம் என்று மனசை கல்லாக்கிக்கொண்டு."பையன் போட்டோ பார்த்தியா, பிடிச்சிருக்கா..."

"அதெல்லாம் யார் பார்த்தா, ஒரு கவரில் கொடுத்தாங்க நான் பிரிக்கவேயில்லை"

மீண்டும் பிரசாந்த் அலை பேசி அடித்தது....இந்த முறை அழைத்தது அவன் வேறு நண்பன் ரகு. மீண்டும் ப்ளூடுத் ஸ்பீக்கர் மூலம் எடுக்க....

"டேய் மாப்ள சேகர் கல்யாணத்துக்கு கிளம்பிட்டியா??, திருச்சி வழியா வர முடியுமா அப்படியே நானும், என் பொண்டாட்டியும் உன் கூட காரில் வரலாம்னு பாக்குறேன்"

"கிளம்பிட்டேன் டா, திருச்சி வழியா தான் வரேன், திருச்சி ரயில்வே ஸ்டேஷன் போகணும் ஒரு வேலை இருக்கு, நான் மலைக்கோட்டை கிட்டே வரும்போது சொல்லவா நீ தயாரா இரு"

"சூப்பர் மாப்ள, அப்புறம் ஒரு விஷயம் டா சொன்ன நீ ரொம்ப சந்தோஷ படுவ"

"அப்படியென்ன??"

"எங்க கல்யாண போட்டோ ஆல்பம் வந்திருச்சு, அதை என் பொண்ண்டாட்டியோட சித்தி பொண்ணு நேத்து வீட்டுக்கு வந்தபோது பார்த்துட்டு உன்னை சரியாய் அடையாளம் காட்டினா"

"என்னையா???"

"அட ஆமாம் அவளும் சாஸ்த்ரா காலேஜில் தான் படிச்சா, நீ ஒரு தலையா காதலிச்சியே ஒரு பொண்ணு காவ்யா அவளோட தோழி தான் இவள் வனஜா"

பிரஷாந்த் மீண்டும் திரு திருவென முழித்தான்...."என்ன இது இன்னிக்கு வம்படியா எல்லோரும் மாட்டி விடறாங்க...."என்று நினைத்தபடி....அவளோ தலையில் கையை வைத்துக்கொண்டு அமர்ந்திருந்தாள்.

"நாம காரில் போகும்போது இதை பத்தி பேசிட்டு போலாமே, நான் அப்புறம் கூப்பிடறேனே...."

"அட இரு மாப்ள, அந்த புள்ளையும் உன்னை ஒரு தலையாய் காதலிச்சாளாம், வீட்டுக்கு பயந்து உன்னை மாதிரியே சொல்லாம இருந்திருக்கா....காதலுக்கு வந்த சோதனையை பார்த்தியா....சொல்லாமலே காதலிச்சு என்ன பயன்....அவள் அப்பன் இங்கே திருச்சி பெல் (BHEL) கம்பெனியில் தான் வேலை பாக்குறாரு, நானும் அங்கே தானே வேலைக்கு சேர்ந்திருக்கேன் பார்த்து பேசி முடிச்சுவிடவா சொல்லு"

மனசுக்குள் புது தெம்பு பிறந்தது ப்ரஷாந்துக்கு, அப்படியே ஓர கண்ணில் அவளை பார்க்க, அவள் முகத்தை மூடிக்கொண்டு வெட்கி தலை குனிந்தாள்.

"சூப்பர் மாப்ள, இதை பத்தி நாம காரில் போகும்போது பேசலாம்...."

அவளையே பார்க்க....அவள் சிரித்தபடியே இருந்தாள்.

"பின்னே காதலை நானா வந்து சொல்லணும், நீங்க தானே சொல்லணும்... நீங்க சொல்லலை நான் கேட்கலை அப்படியே காலம் ஓடிருச்சு, மறுபடியும் உங்களை சந்திப்பேன்னு நினைக்கவேயில்லை, இன்னிக்கு பார்த்ததும் கொஞ்சம் அதிகப்ரசங்கி தனமா தான் வெளியே உங்களை பார்க்க தான் வந்து இப்படி மாட்டிகிட்டேன்"

அவள் பேசி முடிக்க அவள் அப்பாவிடமிருந்து அழைப்பு ....

"ரயில் வந்தாச்சு, ப்ரஜனை பாதுகாப்பா சேர்த்துட்டாங்க, அவன் கூட ஒருத்தர் இறங்கினார் அவர் மதுரைக்கு போகணுமாம் அடுத்த ரயில் இரண்டு மணிக்கு தான், பெரிய உதவி செய்திருக்கார் அவரை நம்ம வீட்டு கூட்டிட்டு போறேன், நீ நேரா அந்த பையனோடு வீட்டுக்கு வா, அவருக்கும் நன்றி சொல்லிட்டு ரயில் ஏத்திவிடுவோம். உன் அக்கா கிட்டே நான் பேசிக்கிறேன், இப்போ தான் கூப்பிட்டா ப்ரஜனை மட்டும் பேச சொல்லியிருக்கேன். எங்கேயிருக்கே இப்போ....??"

"திருச்சிக்கு இன்னும் 20 கிலோமீட்டர் இருக்குப்பா வந்துடறேன்...."

அழைப்பை துண்டித்ததும்....

"அப்பாடா ப்ரஜன் வந்து சேர்ந்தாச்சு, உங்க மாமாக்கு தான் நன்றி சொல்லணும், நீங்க நேராக என் வீட்டுக்கு போங்க அவரும் அங்கே தான் போயிட்டிருக்கார், இரண்டு மணிக்கு தான் அவருக்கு அடுத்த ரயில்னு அப்பா சொன்னார்"

"நல்லது, உன் வீடு எங்கே? ஸ்ரீரங்கம் தானே....?"

"அதெல்லாம் தெரியுமா....?"

"தெரியும் உன்னை பத்தி எல்லாமே தெரிஞ்சிகிட்டேன் அப்போ, காதலை சொல்ல தான் நேரம் வரலை,

இப்போவாது சொல்லவா....."

"மூஞ்சியும் முகரையும் பாரு, அஞ்சு வருஷம் கழிச்சு வந்து காதலை சொல்றேன்னு சொல்ற, இந்த அஞ்சு வருஷத்தில் எத்தனை பசங்களை தாண்டி வந்தேன் தெரியுமா?? இப்போ என் அத்திம்பேர் சொல்ற மாப்பிள்ளை வேற ரெடியா இருக்கான், இப்போ சொல்லவான்னு கேக்குற..."

"புரியுது உன் நடைமுறை சிக்கல் என்னனு...சினிமா மாதிரி காதலை சொன்னதும் ஓடி வந்து கட்டிபிடிச்சிட முடியாதுன்னு தெரியும்....இது வாழ்க்கை யதார்த்தமானது. அந்த நேரத்தில் காதலிக்க கூடாதுன்னு வீட்டில் ஒரே தொல்லை, இப்போ வயசு கூ[illegible]ந்த அப்புறம் பொண்ணு கிடைக்காம எல்லா ஆசையும் பூட்டி வெச்சு, இப்போ காதலிக்க வேண்டியதுதானேனு பெரியவங்க கேக்கும்போது வரும் பாரு ஒரு கோவம்....இதெல்லாம் பசங்களுக்கு தான் புரியும் உனக்கு புரியாது."

"அதெல்லாம் எங்களுக்கு புரியும், எனக்கு 25 வயசு ஆக போகுது, 21 வயசிலேர்ந்து நாலு வருஷமா இந்த கல்யாணத்தை தள்ளி தள்ளி போட நான் பட்ட பாடு எனக்கு தான் தெரியும், எந்த ஆம்பளைக்கும் இது புரியாது"

"இப்ப முடிவா என்னதான் சொல்ற"

"அதான் நான் எல்லாத்தையும் சொல்லிட்டேனே அதுக்கப்புறம் விதி படி நடக்கட்டும்"

பிரஷாந்த் எரிச்சல் ஆனான், அவளிடம் பேசாமல் காரை வேகமாக ஓட்டினான், திருச்சி சாலைக்குள் நுழைந்தவுடன் போக்குவரத்து நெரிசல் வேறு அதிகமாகியிருந்தது, ஒரு வழியாக எல்லாத்தையும் தாண்டி ஸ்ரீரங்கம் காவ்யா வீட்டின் முன் கார் நின்றது.

"உள்ளே வாங்க" என்று அழைத்தாள்.

முகத்தை இறுக்கமாக வைத்துக்கொண்டு உள்ளே நுழைந்தான். அவன் மாமா அங்கே அமர்ந்து

பேசிக்கொண்டிருந்தார். இவன் உள்ளே வந்ததும்....

"இவன் தான் என் அக்கா பையன் பிரஷாந்த்"

"உங்க உதவிக்கு பெரிய நன்றி, யாரும் இப்படி செய்ய மாட்டாங்க, உங்களை சந்திச்சதில் ரொம்ப சந்தோஷம்"

"டேய் பிரஷாந்த், அம்மா கல்யாண விஷயமா யார் கிட்டயோ பேசியதாக சொன்னியே அது வேற யாரும் இல்லை இவங்க தான், இவர் பொண்ணை தான் உனக்கு பேசியிருக்கார், இவர் மூத்த மாப்பிள்ளையும் உன் கம்பெனி தானாமே, யாரோ பிரசன்னா வைஸ் ப்ரெசிடெண்ட்னு சொன்னாங்க"

"அட பிரசன்னா சார் குடும்பமா, அவரை நல்லா தெரியும் அவர் வேற ஒரு ப்ராஜெக்ட் விபி, நான் வேற ப்ராஜெக்ட் மேனேஜர், ரொம்ப சந்தோஷம், உலகம் ரொம்ப சின்னது எல்லோரும் இப்போ தெரிஞ்சவங்களாகிட்டோம்" என்று பிரஷாந்த் உற்சாகமாக பேசினான்.

மனசுக்குள் ஏக சந்தோஷம்....

"காவ்யா பையனை பிடிச்சிருக்கா சொல்லு பேசி முடிச்சிரலாம், உன் அத்திம்பேர் ரொம்ப சந்தோஷப்படுவார்" என்று அவள் அப்பா கூற.

வெட்கத்துடன் சம்மதம் தெரிவித்தாள்.....சிறுது நேரம் பேசிவிட்டு அவன் அலைபேசி என்னையும் கொடுத்துவிட்டு திருச்சி ரயில் நிலையத்தில் மாமாவை இறக்கிவிட்டு நண்பனை கூட்டி கொண்டு தஞ்சாவூர் கிளம்ப தயாரானான்.

பிரசாந்த் அலைபேசியில் குறுஞ்செய்தி மணி அடித்தது....எடுத்து பார்த்தால் அவள் தான் அவளே தான் என்ன அனுப்பியிருக்கான்னா....

"ஐ லவ் யு தேவாங்கு"

ஒரு பக்கம் ஆள் அக்கா அவள் அலைபேசியில் அர்ச்சனை செய்து கொண்டிருக்க, இத்தனையும் நடக்க காரணமாய் இருந்த அந்த ப்ரஜன் அவர்களையே பார்த்து சிரித்து கொண்டிருந்தான். ஒரு வருஷமாய் காதலை நேரில் பார்த்தும் சொல்லாம எல்லாம் கடந்த பின்பு ஒரு கிண்டர் ஜாய் சாக்லேட் தன்னோட காதலை எக்ஸ்பிரஸ் வேகத்தில் சேர்த்ததை நினைத்து அவர்களுக்கு சிரிப்பு தான் வந்தது.

12

சென்னையில் ஒரு மழை நாள்!

அன்று மாலை ஏழு மணி இருக்கும் சென்னையில் மழை வெளுத்துவாங்கி கொண்டிருந்தது, சோழிங்கநல்லூர் பக்கம் ஒரு தையல் கடையில் அமர்ந்திருந்தாள் காவ்யா.

காவ்யா: அண்ணா சீக்கிரம் கொடுங்கணா, நான் கண்டிப்பாக இன்னிக்கு வேணும்னு சொல்லியிருந்தேன் இன்னும் முடிக்காமல் இருக்கீங்க. ராத்திரி நான் மதுரைக்கு போகணும், இன்னும் மூணு நாளில் எனக்கு கல்யாணம்.

கடைக்காரர்: கோச்சிக்காத மா, முன்னாடியே ரெடி ஆகியிருக்கும், நாலு நாளா நல்ல மழை, உடம்பு சரியில்லாமல் குளிர் ஜுரம் மாதிரி ஆகியிருச்சு. இப்போ முடிச்சு கொடுத்திடறேன். இப்படி மழை பேயுதே எப்படி போவீங்க ஊருக்கு.

காவ்யா: நான் எல்லாத்தையும் எடுத்து என் காரில் வெச்சிட்டேன். நீங்க கொடுத்ததும் நேராக என் ஆபீஸ் போகணும், அங்கே என் பொருள் எடுத்திட்டு என் தோழி கூட சாப்பிட்டு அப்படியே கிளம்ப வேண்டியது தான்.

கடைக்காரர்: நீயே தனியா கார் ஓட்ட போறியா ராத்திரி நேரம், இந்த மழையில்? வீட்ல பெரியவங்க யாரும் வரலையா. கல்யாண பொண்ணு இப்படி தனியாகவா போகணும்.

காவ்யா: எல்லாம் என் நேரம் தான், என் அப்பா, அம்மா கலப்பு திருமணம் செய்தவங்க அதனாலே சொந்தக்காரங்க யாரும் இல்லை, இருந்தாலும் வர மாட்டாங்க. அப்பா வருவதாக இருந்துச்சு இரண்டு நாள் முன்னாடி கீழே விழுந்து கால் அடிபட்டிருக்கு நகர முடியாமல். அதனால் நான் தான் எல்லாத்தையும் பார்க்கணும். நீங்க சீக்கிரம் கொடுத்தீங்கனா கிளம்பிடுவேன், தாம்பரத்தில் ஒரு டிரைவர் வருவாரு அவர் தான் மதுரை வரைக்கும் ஓட்டிட்டு போவாரு.

அடுத்த அரை மணி நேரத்தில் அவளுக்கான கல்யாண ஆடையை சரியாக தைத்து கொடுக்க அதை வாங்கி கொண்டு கிளம்பினாள் காவ்யா. மணி இரவு ஒன்பது ஆகிவிட்டது, மழை நின்றபாடில்லை. அங்கிருந்து ஒரு கிலோமீட்டர் தொலைவுக்குள் அவள் அலுவலகம் வந்தது, அவள் தோழியை அழைக்க அவள் வேறு வேலை இருப்பதாக சொல்லி அவள் பொருளை மட்டும் எடுத்து வந்து கொடுத்துவிட்டு உள்ளே சென்றாள்.

சரி மதுரை போகிற வழியில் சாப்பிடலாம் என்று முடிவெடுத்து டிரைவர் எங்கே இருக்கிறான் என்று கேட்க அழைத்தாள்.

காவ்யா: ஹலோ அண்ணா எங்க இருக்கீங்க, நான் கிளம்பிட்டேன், தாம்பரம் பக்கம் தான் வந்துட்டிருக்கேன். நீங்க சீக்கிரம் வந்திருங்க.

டிரைவர்: மேடம், மழை ரொம்ப அதிகமா இருக்கு. இங்கே ஏகப்பட்ட டிராபிக். நான் இன்னும் ஸ்ரீபெரும்புதூர் தாண்டலை, இன்னும் 20 கிலோமீட்டர் இருக்கு. இந்த பக்கம் தான் போகணும் கோச்சிக்காமல் இங்கே வரைக்கும் வர முடியுமா.

காவ்யா: என்ன இப்போ வந்து இப்படி சொல்றீங்க, மழை வேற, டிராபிக் நான் அவ்ளோவா ராத்திரியில் ஒட்டினதில்லை. நீங்க சீக்கிரம் வர பாருங்க.

டிரைவர்: சாரி மேடம், இந்த மழையில் வருவது ரொம்பவே சிரமம் தான். கொஞ்சம் நேரம் ஆகும், நீங்க தனியாக தாம்பரத்தில் காத்திட்டிருக்க வேண்டியிருக்கும். தனியா வேற இருக்கீங்க அதான் யோசிக்கிறேன்.

காவ்யா: ஐயோ சரி நான் எப்படியோ பொறுமையாக வரேன், நீங்க அங்கே இருங்க.

பொறுமையாக கார் ஓட்ட, பெருங்கொளத்தூரை தாண்டும்போது மணி இரவு 11. மழை அதிகமானதால் சாலை எங்கும் தண்ணீர், ஒரு பக்கம் சாலை பள்ளம் ஏற்பட்டதால் வேறு பக்கம் திருப்பி விட்டனர்.

சிறிது தூரம் புலம்பியபடியே கார் ஓட்ட இருட்டில் அந்த சாலையில் சரியாக தெரியாமல் வேறு ஒரு பக்கம் திரும்பிவிட்டாள், அங்கே வெளிச்சம் ஏதும் இல்லை. அந்த சாலையில் அவள் காரும் மற்றும் இன்னும் தொலைவில் ஒரு கார் மட்டுமே இருந்தது. அலைபேசியில் கூகிள் மேப் போட்டால் அந்த இடம் காட்டவேயில்லை, மழை வேறு பெய்வதால் இன்டர்நெட் வேலை செய்யவில்லை. சற்று தூரம் சென்றவுடன் முன் டயர் டமால் என்று சத்தம் கொடுத்தது.

காவ்யா: ஐயோ டயர் ஒரு பள்ளத்தில் மாட்டிருச்சே, இப்போ என்ன பண்றது. வெளியே வேற இப்படி மழை பேயுதே.

வெளியே வர மழையில் மொத்தமாக நனைந்தாள், யாரை கூப்பிடுவது என்று தெரியவில்லை, காருக்குள் சென்று அமர்ந்தாள், அந்த ஏசி காற்று அவளுக்கு குளிரை ஏற்படுத்தியது.

காவ்யா அந்த டிரைவர் நம்பருக்கு அழைப்பு விடுக்க அவன் ரொம்ப நேரம் யாருடனோ பேசிக்கொண்டேயிருந்தான். அவள் அம்மா சுபா அந்த நேரத்தில் அழைத்தாள்.

சுபா: என்னடி போனே பண்ணவேயில்லை, உன்னை நினைச்சு பயந்திட்டு இருக்கேன். கிளம்பின உடனே சொல்ல வேண்டாமா.

காவ்யா: அட போ மா. நீ வேற நேரம் தெரியாமல். எல்லாமே லேட் இன்னிக்கு. மழை வேற வெளுத்து வாங்குது, குறையவே இல்லை. டிரைவர் வேற ஒரு இடத்தில் இருக்கான், நான் வேற இடத்தில் மாட்டிட்டு இருக்கேன். எப்படியோ வந்து சேருவேன்.கவலைப்படாமல் இரு.

சுபா: உனக்கும் இந்த மழைக்கும் என்ன ராசியோ.பிறக்கும்போதும் பேய் மழையில் தான் பிறந்த, சமைஞ்ச அப்போவும் மழை, இப்போ கல்யாணத்துக்கும் மழை. வயித்துல நெருப்பு கட்டிண்டு இருக்க வேண்டியிருக்கு.

காவ்யா: நீ போன் வை. நான் பத்திரமாக வந்துருவேன்.

அவள் அலைபேசி வைக்க ஒரு கார் அவள் முன் வந்து நின்றது, உள்ளிருந்து ஒரு வாலிபன் இறங்கி வந்தான்.

கார் ஜன்னல் கண்ணாடியை திறந்தாள், அவனை பார்த்ததும் முகம் இறுக்கமானது அவன் ராக்கி. பொது பணி துறை அமைச்சர் மகன் ஏற்கனவே இவளை ஒரு தலையாய் காதலிப்பதாக சொல்லி வம்பு செய்தவன், இவள் யாரென்று தெரியாமல் அவனை செருப்பால் அடிக்க அது பெரிய பிரச்சனை ஆகி பஞ்சாயத்தானது.

ராக்கி: இப்போ என்னால மட்டும் தான் உனக்கு உதவி செய்ய முடியும் இந்த பக்கம் எந்த வண்டியும் வராது.

காவ்யா: உன் உதவி எனக்கு தேவையில்லை எனக்கு உதவி செய்ய ஆள் வராங்க.

ராக்கி: கல்யாணம்னு கேள்விப்பட்டேன், நான் பழசை ஏதும் ஞாபகம் வெச்சிக்கலை. கீழே இறங்கு ஒரு கை பிடிச்சா சரி செய்திடலாம். சின்ன பள்ளம் மாதிரி தான் தெரியுது.

ஆபத்து நேரத்தில் ஒன்றும் புரியவில்லை, இதை விட்டால் வேறு வழியும் இல்லை. அவள் கீழே இறங்கினாள், அவன் ஒரு கையில் தள்ள கார் சரியாகிவிட்டது.

காவ்யா: ரொம்ப தேங்க்ஸ். நல்ல நேரத்தில் வந்து உதவி செய்த.

ராக்கி: உன் தேங்க்ஸ் யாருக்கு வேணும், இப்படி ஒரு அறிய சந்தர்ப்பத்தை வீணாக்க நான் என்ன முட்டாளா. இன்னிக்கு உன்னை முடிச்சே ஆகணும்னு சோளிங்கநல்லூரிலிருந்து உன் கார் பின்னாடி தான் வரேன். வசமாக மாட்டிக்கிட்ட.

அதை கேட்டதும் அவளுக்கு பகீர் என்றது. கிடு கிடுவென ஓடி காருக்குள் ஏற முயன்றாள் அவளை இறுக்கமாக பிடித்துக்கொண்டான், அவன் பிடியிலிருந்து அவளால் விலக முடியவில்லை. அவன் கால் மேல் தன் ஹீல்ஸ் செருப்பை வைத்து அமுக்கினாள் அவன் அவளை விடுவித்தான்.

அவள் ஓட ஆரம்பித்தாள் அங்கே சுற்றி காடு போல தண்ணீரோடு இருந்தது இருட்டில் பெரிதாக என்ன இருக்கென்று தெரியவில்லை, அவள் நெஞ்சம் மிகவும் படபடத்தது.அவன் பின்னால் துரத்திக்கொண்டு வந்தான்.

ஒரு இடத்தில் சேற்றில் வழுக்க அவள் சரிந்தாள், சாலை தண்ணீரில் உருண்டு சென்று ஒரு பள்ளத்தில் விழுந்தாள், மழை தண்ணீர் குபுகுபுவென அந்த பள்ளத்தில் வர தொடங்கியது, அவன் அவளை எட்டி பார்த்து அவளை தூக்க அவனை தட்டி விட்டாள், அவன் வெறியாக அவளை அடிக்க தொடங்கினான், அவனை கீழே தள்ள அவனும்

அந்த பள்ளத்தில் விழுந்தான். பக்கத்தில் நிறைய இரும்பு பலகைபோல் இருந்தன. தன்னை தற்காத்து கொள்ள ஒரு இரும்பை கையில் எடுத்து ஓங்கி ஒரு அடி தலையில் அடித்தாள் அவன் மொத்த சப்தமும் நின்று போனது.

அதிர்ச்சியான அவளுக்கு பயம் இன்னும் அதிகமானது. அந்த துரு பிடித்த இரும்பை தன் சுடிதார் துப்பட்டா மூலம் துடைத்தாள் கை ரேகை அழிக்க. அதை தூக்கியெறிந்தாள். அழுகையுடன் காருக்கு ஓடி வர ஒரு போலீஸ் ஜீப் அவள் கார் அருகே வந்து நின்றது. அவள் இன்னும் உறைந்து போனாள்.

உள்ளே இரண்டு போலீஸ் மட்டுமே இருந்தனர். இன்ஸ்பெக்டர் மற்றும் டிரைவர். இன்ஸ்பெக்டர் மழையில் இறங்கி உடனே ஜீப் கிளம்ப சொன்னார்.

காவ்யா அந்த மழையில் நடுங்கியபடி அழுதாள் பேச்சு வரவில்லை.

போலீஸ்: நான் இன்ஸ்பெக்டர் கோபி, என்ன நடந்துச்சு.

காவ்யா அழுதபடி அனைத்தும் சொல்ல.

கோபி: நீங்க ஏதும் பேச வேணாம், உங்க காரில் ஏறுங்க, சொல்றேன்.

சிறிது நேரத்தில் அவன் சடலத்தை இழுத்து கொண்டு வந்து காரில் அமரவைத்தான். சுற்றி முற்றி பார்த்துவிட்டு நான்குமுறை சுட்டான், காரில் ஓட்டைகள் தெரிந்தன.

அவளை பக்கத்தில் அமர சொல்லிவிட்டு அவள் காரை கிளப்பினான். காவ்யாவிற்கு ஒன்றும் புரியவில்லை என்ன நடக்கிறதென்று. நேராக அந்த கார் ஒரு வீட்டிற்கு சென்று நின்றது.காரை விட்டு இறங்க சொன்னான்.

காவ்யா: சார் நான் போகணும் சார், என்னை விட்ருங்க.

கோபி: உங்க பாதுகாப்புக்கு தான் இங்கே கூட்டிட்டு வந்தேன், இறங்குங்க சொல்றேன்.

மிகுந்த பயத்துடன் இறங்கினாள், அந்த வீட்டு கதவில் பெயர் பலகையை படித்தவுடன் சற்று தெம்பானாள். கார்த்திகேயன் (ஓய்வு) கமிஷனர் என்று இருந்தது.

அவரே வந்து கதவு திறந்தார், இருவரையும் உள்ளே அழைத்து சென்று துடைக்க டவெல் கொடுத்தார். சற்று நேரம் அவளை பொறுமையாக அமர செய்தார். கோபி அவரிடம் எதையோ பேசி கொண்டிருந்தான். சிறிது நேரத்தில் இருவரும் வந்து அவள் முன்னே அமர்ந்தனர்.

கார்த்திகேயன்: இதோ பாரு நாங்க கேட்கிற கேள்விக்கு சரியாக பதில் சொல்லணும் அப்போ தான் உன்னை நாங்க காப்பாற்ற முடியும். முதலில் என்ன நடந்துதுன்னு சொல்லு.

காவ்யா அனைத்தையும் சொன்னாள்.

கார்த்திகேயன்: முன்னாடி விரோதம் இருக்கு சொன்னியே எப்போ அது?

காவ்யா: நான் சென்னைக்கு வந்த புதுசில், அந்த ஆபீஸ் நண்பனோட நண்பன் இவன். அப்படி தான் பழக்கம், முதல் முறையே அவனை நான் அடிச்சிட்டேன், அப்போ ஏதோ நல்ல நேரம் தப்பிச்சிட்டேன்.

கார்த்திகேயன்: இன்னிக்கு கையில் வளையல், காதில் தோடு ஏதாவது போட்டிருந்தியா.

காவ்யா: இல்லை சார், ஊருக்கு போற அவசரத்தில் இன்னிக்கு எதுமே போடலை.

கார்த்திகேயன்: எத்தனை மணிக்கு கிளம்பினீங்க, எங்கிருந்து கிளம்பினீங்க.

காவ்யா: *9 மணி இருக்கும் டைலர் கடையிலிருந்து கிளம்பும்போது, என் ஆபீஸ் போயிட்டு அங்கிருந்து நேராக வந்தேன்.*

கார்த்திகேயன்: *அங்கே அந்த கடையில் கேமரா ஏதாவது இருக்கா.*

காவ்யா: இல்லை சார் அது ரொம்ப சின்ன கடை.

கார்த்திகேயன்: உங்க ஆபீஸ் உள்ளே போனீங்களா.

காவ்யா: இல்லை வெளிய காரில் தான் இருந்தேன், என் தோழி தான் என் பை எடுத்திட்டு வந்து கொடுத்தாள்.

கார்த்திகேயன்: வழியில் வேற எங்கேயாவது நிறுத்தினீங்களா.

காவ்யா: இல்லை சார். எதுக்கு இதெல்லாம் கேட்கறீங்க.

கார்த்திகேயன்: நீங்க வந்தது, போனது எங்கேயாவது காமெராவில் பதிவாகியிருக்கான்னு பார்க்கணும், நீங்க சொல்றது பார்த்தால் பதிவாக வாய்ப்பு இல்லை. உன் ஆபீஸ் கேமரா மட்டும் ஒரு முறை சரி பார்க்கணும், அதுவும் இந்த மழையில் சரியாக தெரிய வாய்ப்பு இல்லை. அதை சரி செய்துட்டா உங்களை காப்பாத்திடலாம்.

காவ்யா: சார் நான் வேணும்னு பண்ணலை, என்னை காப்பாத்த அடிச்சேன் அவ்ளோ தான். அவன் செத்து போவான்னு எதிர்பார்க்கலை.

கார்த்திகேயன்: நான் உங்களை தப்பு சொல்லவே இல்லையே, இவனை மாதிரி ஆளுங்க சாக வேண்டியவங்க தான். இவன் மேல ஆறு கேஸ் இருக்கு. எங்களுக்கு தெரிஞ்சு ஆறு பெண்கள் வாழ்க்கையை நாசம் செய்திருக்கான், தெரியாமல் எவ்வளவோ யாருக்கு தெரியும். சில வழக்கை நாங்க மறைமுகமா முடிப்போம் அப்படி தான் இவனை

எனவுன்டர்ல போட்டு தள்ள நாங்க இரண்டு வருஷம் முன்னாடியே யோசிச்சோம், தப்பிச்சிட்டான் எனக்கு அப்போ வேலை போச்சு. இருந்தாலும் அவனை விடுவதாக இல்லை. தனியாக எங்கே மாட்டினாலும் முடிக்கணும்னு தான் எங்க பிளான். இன்னிக்கு பெருங்கொளத்தூரில் தனியாக காரில் இருந்ததை பார்த்து எனக்கு தகவல் சொன்னாங்க நான் தான் கோபியை அனுப்பினேன். அதுக்குள்ள இப்படி ஆகிருச்சு. நாங்களே அவனுக்கு இன்னிக்கு தான் நாள் குறிச்சோம். இதுல நீயா வந்து சிக்கிட்ட அதான் இப்படி ஒரு சம்பவம் நடக்காத மாதிரியே உன்னை காப்பாத்தணும்னு யோசிக்கிறேன்.

காவ்யா: *சார் ரொம்ப பயமா இருக்கு சார், வீட்ல தெரிஞ்சா என் வாழ்க்கையே போயிடும் சார்.*

கார்த்திகேயன்: *கவலைப்படாதமா, இன்னிக்கு இங்கேயே தூங்கு, காலைல முதல் விமானம் பிடிச்சு மதுரைக்கு போயிடலாம். உன் வருங்கால புருஷன் எந்த ஊரு இன்னும் ஏன் வரலைன்னு அவர் தேடலையா??*

காவ்யா: *அவர் அமெரிக்காவில் இருக்காரு, இன்னிக்கு காலைல தான் விமானத்தில் ஏறியிருக்கார் நாளைக்கு காலை மதுரை வந்து இறங்குறார்.*

கார்த்திகேயன்: *அப்புறம் என்ன, பொண்ணும், மாப்பிள்ளையும் ஒன்றாக ஊருக்கு போங்க. உனக்கு எந்த பிரச்சனையும் வராமல் நான் பார்த்துக்கிறேன். கல்யாணம் முடிச்சிட்டு நீங்க வெளியூர் போறீங்களா.*

காவ்யா: *ஆமாம் இரண்டு வாரத்தில் அமெரிக்கா போறோம், விசா எனக்கும் வந்தாச்சு.*

கார்த்திகேயன்: *இந்த இரண்டு வாரம் தாண்டிட்டா உனக்கு எந்த ஆபத்தும் இல்லை. நீங்க இந்த அறையில் ஓய்வெடுங்க.*

அடுத்த நாள் காலை அவளை பாதுகாப்பாக மதுரைக்கு விமானத்தில் அனுப்பி வைத்தார் கார்த்திகேயன்.
போவதற்கு முன்...

கார்த்திகேயன்: ஒரு விஷயம் ஞாபகத்தில் இருக்கட்டும், யார் எப்போ உங்களை விசாரிக்க வந்தாலும், நீங்க சோளிங்கநல்லூரிலிருந்து பெருங்கொளத்தூர் வரை காரில் போனீங்க, மழை அதிகமாக இருந்ததுனால தோழி வீட்டில் இருந்திட்டு விமானம் மூலமாக மதுரை போனீங்க இப்படி மட்டும் தான் சொல்லணும். பெருங்கொளத்தூர் பக்கம் யாராவது இருந்தால் அவங்களிடம் அங்கே தங்கினது போல சொல்லி வைங்க போதும், மற்றதை நான் பார்த்துக்கிறேன். அந்த இடத்தில் காலையிலேயே அலசி பார்த்தாச்சு எந்த தடயமும் இல்லை, நீங்க தூக்கி போட்ட இரும்பும் எடுத்தாச்சு அதை உருக்கவும் செய்தாச்சு, மழை தான் உங்களை காப்பாத்தியிருக்கு, ரேகை படியாமல், ரத்தம் உறையாமல் எல்லாமே தண்ணீரில் போயாச்சு. நீங்க வருண பகவானுக்கு தான் நன்றி சொல்லணும்.

காவ்யா: ரொம்ப நன்றி சார். இந்த உதவியை வாழ்நாள் பூரா மறக்கவே மாட்டேன்.

நெஞ்சில் ஈரம் இல்லாத ஒரு மனிதனிடம் மாட்டிக்கொண்டு அவள் அவஸ்தை பட்டதை நினைத்து அவளுக்கு அழுகை தான் வந்தது, கார்த்திகேயன், கோபி போல நெஞ்சில் ஈரம் உள்ள நேர்மையான போலீஸ் இருப்பதை நினைத்து சமாதானமானாள்.

மதுரையில் விமானம் இறங்க, அங்கும் செம மழை, இவள் வந்த விமானம் முன்னாள் வந்த விமானத்தில் அவள் வருங்கால கணவனும் வந்து இறங்கியிருந்தான். அவனை பார்த்ததும் எல்லாவற்றையும் மறந்து சந்தோஷமானாள்.

மூன்று நாளில் அவள் கல்யாணம் நல்லபடியா நடந்தேறியது அவர்கள் வீட்டிற்கு சென்றபோது தொலைக்காட்சியில் பரபரப்பாக செய்தி ஓடி கொண்டிருந்தது, பொது பணி துறை அமைச்சர் மகன் ராக்கி சென்ற வாரம் சுட்டு

கொல்லப்பட்டதை அடுத்து அவர் கொலை வழக்கை பார்த்த இன்ஸ்பெக்டர் கோபி, சென்னையில் பிரபல ரௌடியான காசிக்கும் இவருக்கும் ஏற்கனவே முன் விரோதம் இருந்தது தெரிய வந்துள்ளது என்று குறிப்பிட்டுள்ளார். காசியின் தங்கை கொலை வழக்கில் முக்கிய குற்றவாளியாக கருதப்பட்ட ராக்கி தனது அரசியல் பின்புலத்தை வைத்து தப்பியிருந்தார, நேற்று தனியாக ராக்கியிடம் பேச்சு வார்த்தை நடக்கையில் அவர்களுக்குள் சண்டையாகி துப்பாக்கி சூடு நடந்து சம்பவ இடத்திலேயே அவர் உயிர் இழந்தார். காசியின் தங்கை கொலைக்கும் ராக்கி தான் காரணம் என்ற ஆதாரங்கள் கோர்ட்டில் சமர்பிக்கப்படவுள்ளது.

தன்னை காப்பாற்றிய நேர்மையான போலீஸ்க்கும், மழைக்கும் நன்றி சொன்னாள் காவ்யா!.

கதையாசிரியர் பற்றி.....

நான் அர்விந்த் நாராயணன், சென்னையில் வசிக்கிறேன், தமிழ் மேல் உள்ள ஆர்வத்தில் எழுத தொடங்கினேன், ஒரு பன்னாட்டு நிறுவனத்தில் வேலை பார்த்தபடி சென்ற என் வாழ்க்கையில் சின்ன சின்னதாக எழுத்து என்னை ஆட்கொண்டு மெல்ல எழுத தொடங்கி, ஓய்வு நேரங்களில் இரண்டு வருடம் முன்பு பல பல கதைகளை எழுத தொடங்கினேன்

அதில் சில கதை தொகுப்புகளை இங்கே வெளியிட்டுள்ளேன். இந்த கதைகளில் பெரும்பாலானவை உண்மை சம்பவத்தை தழுவியோ, கற்பனை கலந்தோ எழுதப்பட்டவை. வாசகர்களாக தங்களின் மேலான விமர்சனங்களே என் போன்ற ஆரம்ப எழுத்தாளனை மேலும் கொண்டு செல்லும்.

கற்பனை, காதல், மர்மம், திகில், நகைச்சுவை என்று இது ஒரு கலவையான கதைகளாவே பதிவிட்டுள்ளேன்.

எனது கதைகள் பிடித்திருந்தால் தகுந்த உரிமம் பெற்று நீங்கள் உபயோகிக்கலாம்.

என் கதை தொகுப்பான "கதைப்போமா-II" புத்தகத்தை படித்துவிட்டு உங்கள் மேலான விமர்சனங்களை எனது ஈமெயில் மூலம் அனுப்பலாம்.

எனது ஈமெயில்: *arvindnarayanan.book@gmail.com*

இப்படிக்கு நன்றியுடன்,
அர்விந்த் நாராயணன்

www.ingramcontent.com/pod-product-compliance
Lightning Source LLC
LaVergne TN
LVHW042304051026
849519LV00012B/2283
* 9 7 8 9 3 5 5 3 3 4 5 8 9 *